CÁC VỊ CHÂN SƯ
ĐẠI THỦ ẤN

CÁC VỊ CHÂN SƯ ĐẠI THỦ ẤN
NGUYÊN THẠNH LÊ TRUNG HƯNG Việt dịch
NGUYỄN MINH TIẾN hiệu đính

Bản quyền thuộc về dịch giả và Nhà xuất bản Liên Phật Hội (United Buddhist Foundation).

KEITH DOWMAN

NGUYÊN THẠNH LÊ TRUNG HƯNG *Việt dịch*

NGUYỄN MINH TIẾN *hiệu đính*

CÁC VỊ CHÂN SƯ ĐẠI THỦ ẤN

NGUYÊN TÁC

MASTERS OF MAHAMUDRA
OF THE 84 BUDDHIST SIDDHAS

UNITED BUDDHIST PUBLISHER

NHÀ XUẤT BẢN LIÊN PHẬT HỘI

Lời tựa

Mahamudra là một thuật ngữ để chỉ pháp tu tối thượng của *Mật tông* nhằm đạt tới đạo quả vô thượng, tức Phật tính; tự thân phảp môn này là cứu cánh rốt ráo. Theo nghĩa của từ nguyên, *Maha* là to lớn, *Mudra* là dấu ấn. Như vậy, *Mahamudra* tức *Đại thủ ấn*. *Đại thủ ấn* vừa là phương tiện thiện xảo, vừa là cứu cánh rốt ráo.

Tám mươi tư vị đại sư trong tác phẩm này là những vị tổ sư của phái *Đại thủ ấn* truyền thống, sống trong thời kỳ từ thế kỷ thứ 8 đến thế kỷ 12. Những thiền sư này đã hình thành và sáng tạo những phương cách thiền định đặc thù để tự tu tập và giác ngộ. Về sau, các môn đồ của họ cũng đã thành công khi áp dụng những phương cách thiền định này. Các bậc thiền sư *Đại thủ ấn* khi ngộ được chân tính thì được gọi là *Đại thành tựu giả* (*Mahasiddha*).

Tác phẩm này được rút tỉa từ kinh văn Tây Tạng, gọi là *Truyền thuyết về tám mươi tư vị thánh tăng* (*Grub thob brgyad bcu tsa bzhi'i lo rgyus*) được đánh giá rất cao vì tính sử liệu và cụ thể của các phương pháp tu tập mà những đại thiền sư này đã áp dụng và thành tựu.

Trước hết, về mặt lịch sử có một số mẩu chuyện kể về các thiền sư kiệt xuất và có thật trong lịch sử Phật giáo như các ngài *Nagarjuna, Sahara, Luipa, Virupa...* với pháp lực, thần thông và trí tuệ xuất chúng của các ngài. Những mẩu chuyện thú vị có tính cách giải trí này lại là một kiểu sách giáo khoa của các dòng tu *Mật tông* Ấn Độ, được bậc thầy truyền lại cho các môn đồ từ thế kỷ này sang thế kỷ khác.

Thứ hai, thông qua những truyền thuyết về các đạo sư này, chúng ta có thể lãnh hội các mẩu chuyện đó như những phúng dụ (*allegory*) mà trong đó các giai thoại (*anectote*) có những nét tương đồng và tính ẩn dụ dùng làm phương tiện khai tâm cho môn đồ thuộc các dòng tu mật. Một số truyền thuyết được thu gọn lại chỉ bao gồm các chi tiết về tiểu sử và các pháp thiền định.

Thứ ba, bởi vì các truyền thuyết này được viết lại sau cái chết của vị đạo sư cuối cùng trong số 84 vị nên có những sai sót về lỗi chính tả trong các bản sao lục và ở các di bản khắc gỗ. Dù vậy, chúng ta vẫn có một lịch sử tương đối trọn vẹn về tám mươi tư vị thánh tăng kiệt xuất này.

Thật vậy, chúng ta có tám mươi tư truyền thuyết đáng tin cậy, tám mươi tư khuôn mẫu phương cách thiền định, tám mươi tư nhân cách mà một số mang tính lịch sử và một số mang tính tiêu bản, sống ở Ấn Độ trong giai đoạn từ thế kỷ thứ 8 đến thế kỷ 12.

Tựa đề của tám mươi chương trong tác phẩm này đều là tên của các vị thánh tăng. Dưới những tựa đề là các bài kệ gọi là *Chứng đạo ca* (*songs of realization*) được dịch từ một tài liệu Tây Tạng, có tên là *Tâm chứng của tám mươi tư vị thánh tăng* (*Grub thob brgyad bcu rtogs pai'i snying po rdo rge'i glu*). Các đạo ca này do một học giả có tên *Prakasa* thu thập và biên soạn. Đây là những bài hát miêu tả bản chất chứng ngộ của các bậc thầy và con đường mà họ đã đi qua để đạt đến đích. Tất cả đều được diễn đạt bằng ngôn ngữ của Phật giáo và giàu hình ảnh của pháp môn *Đại thủ ấn* truyền thống. Bên dưới mỗi bài kệ là truyền thuyết về vị đạo sư và ở đoạn giữa là phép hướng dẫn thiền định của đạo sư ấy. Các truyền thuyết này do một học giả người Ấn Độ là *Abhayadatta*, kể lại cho một nhà sư Tây Tạng có tên *Mondrup Sherb* vào thế kỷ thứ 12.

Phần giới thiệu tác phẩm này cũng là phần giới thiệu và giải thích căn bản về *Mật tông* Phật Giáo, có thể giúp cho người đọc thâm nhập vào nội dung của tác phẩm và các phương cách thiền định của *Đại thủ ấn*, cũng như thâm nhập vào các ý niệm và thuật ngữ của pháp thiền trong các truyền thuyết. Sau mỗi câu chuyện là lời bình dành cho những độc giả có ý muốn xem các truyền thuyết là khuôn mẫu để tu tập, phương cách thiền định trong *Tantra* gọi là *Sadhana*, tạm gọi là sự hành trì.

Sadhana có nghĩa là *"sự nỗ lực và phép tu luyện để tồn tại một cách có chủ đích"* (*the endeavour and method of intentional existential praxis*). Tài liệu trong phần này chủ yếu là định nghĩa các từ ngữ và nói về ý nghĩa của giáo pháp được đề cập. Các tư liệu soạn thảo được rút tỉa từ nhiều nguồn khác nhau: từ các kinh văn truyền khẩu ở Tây Tạng do một *Lạt-ma* tái sinh của tu viện *Arunachal Pradesh* ở Ấn Độ, tên là *Bhaga Tulku* thuộc dòng tu *Nyingma*; từ một học giả cư sĩ tên là *Se Kusho Chompel Namgyel*; từ các phương pháp thiền định tương tự được khẩu truyền trong các dòng tu, đặc biệt là *Đại thủ ấn* do cố *Lạt-ma Gyelwa Karmapa* và các lạt-ma khác của dòng *Kahgyu*; từ các giai đoạn tu tập *"phát sinh"* và *"thành tựu"* được giảng dạy trong dòng *Nyingma* và giáo lý của *Đại cứu kính* (*dzogchen*); từ các *Tantra* gốc, đặc biệt là của các dòng Mật giáo *Samvara*, *Guhysamaja*, *Hevajra* và *Candamaharosama*; từ các nghi thức thiền định của *Kim cương Du-già Thánh nữ* (*Vajra Yogini*) trong nhiều hoá thân; và từ những *đạo ca* (*doha*) của các bậc thánh tăng.

Nhưng dù chúng ta có được những khẩu quyết và lý

thuyết, những nghiên cứu kinh viện và óc phân tích, cũng không thể dựa vào đó để tu tập có kết quả, vì hầu hết các phương thức thiền quán trong *Mật tông* đều được dạy một cách tóm lược và tùy căn cơ khác nhau của từng môn đồ.

Việc được pháp tu tập *Mật tông*, sự điểm đạo để nhập vào *đàn pháp* (*mandala*) và việc truyền trao các phương thức thiền định chỉ là những giai đoạn sơ cơ để hành giả có những bước chuẩn bị cần thiết, trong đó có việc quán tưởng một hình ảnh (*Im*). Việc nhận ra các thực thể tâm linh và kích xúc chúng được minh thị bằng những biểu tượng phức tạp nơi hình ảnh của một vị *Hộ thần* (*Deva*), ví dụ như việc nhận ra các trạng thái tỉnh giác khác nhau của tâm. Điều đó chỉ có thể thực hiện trong thiền quán, nghĩa là trong những điều kiện tối ưu. Dó đó, phần bình luận phản ánh những kinh nghiệm trong truyền thống tu thiền của các bậc đạo sư mà bản thân người phê bình cũng đã có được sau 12 năm tu tập.

Các hành giả sơ cơ ở phương Tây tìm kiếm bản chất của tâm qua trung gian của *Tantra* thường không gặp trở ngại về khả năng tu tập, nhưng việc giải thích sai lệch ý nghĩa của các biểu tượng thiêng liêng và ảnh tượng của vị *thủ thần* (*Yidam*) khiến họ không thể thâm nhập vào chân nghĩa của các thuật ngữ và các ý niệm của *Mật tông* cũng như những vấn đề của *thế giới luận* (*the realm of hermeneutics*) tạo ra cho họ những trở ngại lớn nhất.

Do đó, việc nghiên cứu các bản dịch của kinh văn Mật giáo mà không có lời bình giảng hay thiếu sự khẩu truyền của một bậc thầy đã chứng ngộ chính bằng phương pháp kể trên sẽ tạo ra các kết quả trái ngược, nếu không muốn nói là một mối nguy hiểm thật sự đối với sự lành mạnh.

Phần minh chứng cho các luận giải và các bản sao dịch được tìm thấy ở Tây Tạng và Ấn Độ trong thời kỳ giáo lý *Mật tông* bắt đầu được truyền bá một cách rộng rãi và công khai, những phương thức quan trọng của pháp môn này cũng được công bố lại bằng các phương ngữ (*idioms*) của hai quốc gia đó.

Ngôn ngữ trong phần giới thiệu và lời bình đôi khi đề cập đến những ý niệm phương Tây khá xa lạ với các độc giả của truyền thống Tây Tạng. Chẳng hạn, độc giả đã từng quen thuộc với phép *đồng lượng vị căn* (*homeopathy*) mới có thể lãnh hội các phương pháp tu tập của Mật Giáo thông qua lý thuyết được cô đọng bằng các ngạn ngữ gốc La-tinh với nghĩa rộng của nó như "*độc trị độc*" (*the poison is the panacea*) hay "*liều lượng nhỏ, hiệu quả cao*", hoặc cụm từ "*giao hợp nửa vời*" (*coitus interruptus*) rất quen thuộc với người phương Tây với nghĩa rộng của cụm từ này, nó ám chỉ những nét tương đồng trong cách tu thiền định của Mật Giáo. Đây là phương tiện để diễn đạt ý nghĩa.

Ví dụ sau cùng là hình ảnh của một nhà sư hay đạo sĩ đi xuyên tường, bay giữa hư không, hay ăn đất, ăn đá, không xa lạ gì với cách nghĩ của người phương Đông, nhưng nghe chừng có vẻ rất khó chấp nhận đối với những người phương Tây có đầu óc duy lý.

Trong ý nghĩ của người phương Đông, *tâm* không đối kháng với *vật*. Một quan niệm như thế tất nhiên sẽ có hiệu quả hơn trong việc giải thích công dụng của *tâm*. Tại sao những con người sùng tín đạo Phật ở phương Tây lại phải chồng chất thêm vào đầu óc họ những quan niệm của phương Đông và cách suy nghĩ rập khuôn, trong khi họ đã sẵn có đầy đủ tư lương để đi vào cửa đạo? Nhưng bằng cách nào đi nữa, họ cũng phải từ bỏ chính bản thân mình, nếu không muốn nói là trừ sạch chấp ngã, mới có thể đến chốn đạo tràng.

Do đó, mặc dù phương thức căn bản về giáo pháp được áp dụng trong phần bình luận, vốn được truyền thừa trên 1.200 năm, nhưng ở đây lời bình phẩm phản ánh những kinh nghiệm cá nhân bằng một thứ ngôn ngữ dễ lãnh hội.

Sau phần bình luận về phương thức thiền định (*sadhana*) là phần sử liệu.

Tất cả các tư liệu lịch sử có liên hệ xa gần với một đạo sư (*siddha*) như địa vị trong dòng tu hay khoảng thời gian trụ thế của ngài... được viết chung trong phần biên niên sử. Ngoài ra còn có những truyền thuyết hay giai thoại về các đạo sư lỗi lạc được sưu tập từ các nguồn khác, cũng được đưa vào phần này để làm sáng tỏ thêm vấn đề. Ở phần nào không có đủ tài liệu tham khảo về một đạo sư, chúng tôi chỉ đề cập đến danh hiệu của vị ấy mà thôi.

Tên của các vị đạo sư trong tác phẩm này có nguồn gốc *Sanskrit* và đã được xác minh qua cách phân tích từ nguyên để thay cho *Tạng ngữ* và thổ ngữ *Apabharamsa*, và nhiều từ sai sót trong một số tư liệu có liên quan đến nguồn gốc tiếng Tây Tạng đã được điều chỉnh.

Thông thường một vị đạo sư có nhiều danh hiệu khác nhau, nhưng do sự hiếm hoi về các tư liệu có giá trị lịch sử nên chúng ta chỉ đạt được kết quả ở một mức độ nhất định nào đó trong việc giải quyết tính chất đa diện của vấn đề lịch sử có liên hệ tới các đạo sư và thời đại của các ngài.

Ngoài việc kiểm tra tư liệu một cách toàn diện và tái thẩm định các nguồn tư liệu phổ biến có nguồn gốc *Tạng ngữ*, các khám phá mới cũng quan trọng không kém trước khi cây phả hệ có thể được xem như một công cụ để xác định niên hiệu và mối quan hệ truyền thừa giữa các đạo sư.

Pháp hiệu của các đạo sư được lấy làm tiêu đề cho tám mươi tư truyền thuyết, giúp cho người đọc dễ nhớ. Tuy nhiên, cũng có một số pháp hiệu sai sót về mặt từ nguyên ngay trong nguyên tác hay do vay mượn từ *Tạng ngữ*. Hậu tố "*pa*" đứng sau tên của các đạo sư là rút gọn của *Phạn ngữ* "*pada*". Đây là hình thức tôn vinh một bậc thánh hay một đạo sư, hoặc để chỉ chung cho phái nam trong ngôn ngữ Tây Tạng. Để xác định địa vị của một vị đạo sư, chủ yếu phải dựa trên căn bản phương pháp tu tập của vị ấy, chứ không dựa vào địa vị trong tông phái.

Ngoài ra, các danh hiệu *Đại đạo sư* hay *Đại thành tựu giả* (*Mahasiddha*) thật ra cũng có ý nghĩa như *Đạo sư* mà thôi. Theo ngữ pháp của tiếng *Sanskrit* thì từ giống cái của *Mahasiddha* là *Mahāsiddhā*, nhưng các chi tiết ngữ pháp như thế này không được dịch sang *Tạng ngữ*.

Phần phụ lục gồm định nghĩa và chú giải các *Phạn ngữ* sử dụng trong tác phẩm. Riêng các từ trong ngoặc vì chỉ sử dụng một lần nên không được chú giải.

Bởi vì các vị đạo sư đều dùng tiếng Phạn (*Sanskrit*) hoặc thổ ngữ *Prakit* hay thổ ngữ *Apabhramsa* nên chúng tôi cho rằng *Phạn ngữ* là ngôn ngữ thích hợp trong việc mô tả các thuật ngữ Phật giáo. Tuy nhiên, *Tạng ngữ* là ngôn ngữ được sử dụng để ghi lại các truyền thuyết nên người viết cũng chua thêm vào sau các từ *Sanskrit* để tiện đối chiếu.

Các bức phác họa chân dung trong tác phẩm là do họa sĩ *Hugh R. Downs* thực hiện, xuất phát từ những cảm hứng khi ông ta nghiên cứu nền hội họa cổ truyền Tây Tạng mô tả các hành giả tu chứng. Thông thường, khi tạo mẫu các họa sĩ có những nét vẽ góp ý nhưng phải giữ lại bố cục của nguyên tác nhằm không làm mất đi ý nghĩa chính hay những nét đặc trưng của tác phẩm.

Trong công việc chuyển dịch các đặc điểm lịch sử, chúng tôi mạn phép mở rộng phạm vi đề tài chứ không chỉ trình bày các nguyên tắc vật lý siêu hình cố hữu trong khi mô tả hình tượng, do vậy có thể có những nét vẽ được sửa đổi một cách tinh tế. Việc sửa đổi một vài nét nhỏ trong hình ảnh của một số các đạo sư là để cho phù hợp với yêu cầu của những hệ phái đặc biệt thuộc *Mật tông*. Chúng tôi cũng có một số nét thay đổi trong các bức họa và phần này là trách nhiệm của họa sĩ *Hugh R. Downs*.

Họa sĩ *Hugh R. Downs* từng theo học môn hội họa truyền thống Tây Tạng dưới sự hướng dẫn của một nhà sư họa sĩ *Du-già* là *Sherpa Au Lashe*. Ông ta có kinh nghiệm trong việc diễn đạt các hình ảnh được mô tả trong kinh văn Mật tông. Điều này đã được xác nhận qua tác phẩm "*Nhịp điệu làng Hy-mã*" (*Rhythms of a Hymalayan village*), ấn hành năm 1980 tại *San Fransisco*, Hoa Kỳ.

Phần trình bày của ông mô tả phong thái uy nghi nhất của một đạo sư, lại nhấn mạnh vào yếu tố tu tập khổ hạnh, tính thẩm mỹ và những nét an vui tinh tế trong phong thái của ngài. Phần chú thích bên dưới các bức minh họa được trích dẫn từ các tác phẩm Tây Tạng nhưng không rõ nguồn gốc nguyên thủy.

Tôi mang ơn sự giúp đỡ của nhiều người để có được những thuận duyên hoàn thành tác phẩm này trong thời gian mười năm, đặc biệt là món nợ tích lũy nhiều năm đối với các *Lạt-ma* của tôi. Vì vậy, tất cả công đức của việc thực hiện quyển sách này tôi xin cung kính hồi hướng đến quý ngài.

Tôi cũng vô cùng biết ơn *Lạt-ma Kalzang* đã giúp tôi trong việc ấn hành tác phẩm, ngài là người ban cho tôi nguồn cảm hứng; ngài *Chatral Rimpoche* chủ biên, ngài *Dujom Rimpoche* đã ban phép lành cho tác phẩm và cho phép tôi có thẩm quyền dịch thuật, ngài *Bhga Tulku* truyền khẩu, các ngài *Taklung Rimpoche* và *Sekusho Chomphel Namgyel* đã giúp tôi dịch những đoạn văn khó và tất cả những ai đã đóng góp phần hiểu biết về truyền thống của các đạo sư.

Tôi cũng chân thành cảm ơn *Roger Dean*, *Donald Lehmkuhl*, *Noel Cobb*, *Peter Cooper* (*Ngawong Tenzin*),

Peter Hansen quá cố, *Georgie Downes*, *Keith Redman* và đặc biệt là *Meryl*, vợ tôi, về những giúp đỡ thực tiễn, những đóng góp cả công sức và tiền của cũng như sự yểm trợ tinh thần.

Tôi cũng cảm tạ *Tony Luthenherger*, *Fred Lane*, *Stuart Hammil* và những người đã giúp tôi có những tiện nghi sinh hoạt trong lúc di chuyển từ nơi này đến nơi khác, thư viện *Mimi Church* về tư liệu các đạo sư.

Cuối cùng tôi cảm tạ ý kiến đánh giá cao của *Michele Martin* về giáo pháp và các phương thức tu tập trong tác phẩm, cũng như những góp ý quý giá để tác phẩm được ấn hành một cách thuận lợi. Đó chính là điều biết ơn nhất của tôi.

KEITH DOWNMAN

Chabahil Ganeshantan

Kathmandu - Nepal

Tháng 12 - 1984

LỜI GIỚI THIỆU

$\mathcal{S}$ ức phát triển của bộ môn *Tantra* tại Ấn Độ thiên về tâm lực xảy ra đồng thời với mối đe doạ huỷ diệt ngày một lớn ở biên giới tây bắc Ấn Độ. Ngay từ đầu thế kỷ 8, khi thế lực hùng mạnh của người Ả Rập trải dài từ *Morocco* đến xứ *Sindh* (*Pakistan*) thì tại Ấn Độ, phần lớn những người kế vị đế quốc vinh quang *Gupta* lại bận rộn với cuộc chiến tranh huynh đệ tương tàn, và nền văn hoá Ấn Độ bắt đầu đi vào thời kỳ ruỗng nát.

Cơ chế tôn giáo cũ mất dần hiệu lực kiểm soát, nên xã hội phải nương vào các luật lệ rất khắt khe về đẳng cấp. Do đó, nghi lễ và nền triết học kinh viện thống lãnh đời sống xã hội. Không có một sức mạnh xã hội đoàn kết thống nhất để đối phó với sự đe doạ của các đạo quân Hồi giáo cuồng tín đi đến đâu cướp phá và tàn sát đến đó.

Trong khi quân Hồi tiến hành cuộc chiến tranh huỷ diệt Phật giáo ở Trung Á thì pháp môn *Tantra* gia tăng ảnh hưởng, đặc biệt là ở *Oddiyana* thuộc khu vực ranh giới đông bắc Ấn Độ. Tại đây, triều đại Phật giáo *Pala* đang thời cực thịnh.

Phải chăng do ngẫu nhiên mà trong thời kỳ chớm hoang tàn người Ấn đã nương tựa vào pháp môn *Tantra*, một môn vật lý siêu hình với giáo thuyết bất nhị tuyệt đối và giải thoát cùng với hình ảnh các vị thần dữ tợn ăn thịt, uống máu? Phải chăng vì vô tình mà qua nhiều thế kỷ phương Tây chối bỏ *Tantra* nay quay lại thừa nhận giá trị siêu việt của nó, đem lòng tín mộ và đồng thời lo ngại sự thất truyền của pháp môn *Tantra* này.

Gần 4 thế kỷ trôi qua - kể từ giữa năm 711, khi xứ *Sindh* bị xâm lược, cho đến thế kỷ 12 - giáo pháp của Đức Phật *Thích-ca Mâu-ni* bị quân xâm lược Thổ huỷ báng, mạo phạm. Nhưng cũng chính trong giai đoạn từ thế kỷ thứ 8 đến thế kỷ 12 lại là thời kỳ chói lọi nhất của nền văn minh thuần tuý *Hindu*.

Suốt thời kỳ này, quốc gia Tây Tạng đã kịp thời nắm bắt tinh tuý của *Tantra* Phật giáo và các kinh điển *Mật tông* chính yếu đều được dịch sang *Tạng ngữ*, nhờ vậy đã tránh được sự thất truyền vì các đại tu viện và thư viện của Ấn Độ bị quân thù đốt phá.

Khi thủ phủ *Java* trở thành thuộc địa thì đồng thời một đại tu viện được xây dựng ở *Borobohur*. Mặc dù những thành quả nghệ thuật ở quê nhà bị quân Hồi giáo hủy diệt, nhưng các kinh điển Mật tông của đế quốc *Pala* (gồm *Bengal, Bihar, Orissa* và *Assam*) vẫn được bảo tồn.

Các di tích đền đài tu viện do các hoàng đế triều đại *Pala* xây dựng đã chứng minh giá trị nghệ thuật tuyệt vời của *Mật tông*. Nền nghệ thuật chịu ảnh hưởng đậm đà của *Tantra* đã miêu tả các đặc điểm của nền văn minh Ấn Độ thuộc thời kỳ này. Những con người biểu trưng cho đặc tính, mục đích và lý tưởng của một nền văn hoá. Họ là động cơ, là lực lượng điều hướng những năng lực đầy sáng tạo để làm chuyển biến cả một dân tộc và thay đổi nền móng xã hội Ấn, làm mẫu mực, và là những ngôi sao sáng trên bầu trời *huyền thuật* của pháp môn *Tantra*. Những con người ấy được tôn vinh là *Đạo sư* (*Siddha*).

Tám mươi tư vị đạo sư này là những vị tiêu biểu, đại diện cho hàng ngàn vị khác thông suốt về pháp môn *huyền thuật*. Điều đáng lưu tâm là các đạo sư này xuất thân từ nhiều giai cấp, tầng lớp xã hội khác nhau. Họ có thể xuất thân từ hàng vua chúa, quan lại, thầy tế lễ, các nhà *Du-già*, thi sĩ, nhạc sĩ, thợ thủ công, nông dân hoặc một phụ nữ nội trợ, thậm chí có thể là một cô gái lầu xanh.

Tám mươi tư vị đạo sư mà cuộc đời và các phương pháp tu tập của quý ngài được mô tả trong các truyền thuyết được đưa vào tác phẩm này là những đạo sư *Mật tông* Phật giáo, hoàn toàn khác hẳn với các môn huyền thuật (*tantra*) của thần *Siva* và giáo phái thờ *Đại Mẫu*.

Trong 84 vị ấy, lừng danh nhất là các đạo sư *Tilopa, Naropa, Saraha, Luipa, Ghantapa, Dombipa...* Họ là những bậc chứng ngộ, những nhà *Du-già* khất thực, sống lẫn lộn và hoà nhập vào tầng lớp bình dân nghèo khổ ở tận cùng đáy xã hội. Các đạo sư này giáo hoá quần chúng bằng chính hành vi, thái độ, cung cách của các ngài và sử dụng các phương pháp gây chấn động tâm linh hơn là thuyết giảng suông về giáo lý.

Một số trong các vị ấy là những người chủ trương bài trừ mê tín, đập đổ tượng thờ và không chịu ép mình vào những khuôn khổ cứng nhắc. Họ đánh đổ các hủ tục và tập quán xấu đã có từ lâu đời để tạo một luồng sinh khí mới và sống động cho xã hội. Chế độ đẳng cấp và các nghi thức thuần tuý tôn giáo theo chủ nghĩa kinh viện tự động huỷ diệt khi các vị đạo sư này thể hiện giáo pháp bằng lối sống phóng khoáng đầy giải thoát. Vì vậy, các ngài không viện dẫn thứ ngôn ngữ kinh viện để giáo hoá, mà bằng những ngôn từ giản dị, bình dân, dùng thổ ngữ để viết lên những bài đạo ca trác tuyệt có nội dung đánh đổ những tư tưởng sai lệch, những điều xấu xa của xã hội, cũng như những tà kiến về tín ngưỡng.

Các ngài giáo hoá những gì có liên quan đến thực tại nhiều hơn là những ý niệm siêu hình. Các ngài giáo hoá lý tưởng của cuộc sống chứ không phải cách ép xác, khổ hạnh hay xa lánh gia đình.

Không một nguyên tắc chính thức nào và cũng không có một sự đồng nhất nào về hình tướng, về cung cách giáo huấn. Đó chính là đặc điểm của các đấng đạo sư này.

Dưới sự bảo trợ của các hoàng đế *Pala* vùng Đông Ấn, nơi mà đại đa số các đạo sư sinh sống, một cuộc cách mạng đã manh nha hình thành.

Nhiều đại tu viện được xây dựng hoặc được trùng tu trở lại hay mở rộng. Tuy nhiên, thái độ chỉ trích công khai của các ngài về hình thức lễ nghi rỗng tuếch của tôn giáo, chủ nghĩa kinh viện, sự bịp bợm và thói đạo đức giả cũng như những phê phán về chế độ đẳng cấp của thời ấy có phần nhẹ nhàng hơn so với thời kỳ của ngài *Naropa* ở thế kỷ 11.

Mật tông được phổ biến rộng rãi trong xã hội nhờ một số đạo sư thuộc các thế hệ sau nắm giữ quyền hành thế tục. Họ tạo ảnh hưởng sâu rộng trong đời sống nhân dân và có những hoạt động gắn liền với những biến cố lịch sử ở nhiều mức độ khác nhau. Ngoài ra, tính chất uyển chuyển linh động của *Mật tông* cho phép các đạo sư khai ngộ và truyền tâm ấn cho một môn đồ khi người này vẫn giữ địa vị thế tục cũng như tài sản và các thú vui ngũ dục, như trường hợp của đạo sư *Lilapa* chẳng hạn.

Nguyên tắc rộng rãi bao dung này chính là yếu tố cơ bản có sức hút và tính thuyết phục mạnh mẽ của pháp môn *Tantra* trong Phật giáo. Bởi một lý do dễ hiểu là tại Ấn Độ trải qua hàng chục thế kỷ, chủ nghĩa khoái lạc thường được xem như một phương thức để giải phóng tinh thần.

Tính chất vô tổ chức cùng thái độ khai trừ các nghi thức tôn giáo đã chiếm ưu thế trong *Bí mật pháp*. Tuy nhiên, *Mật tông* vẫn giữ được sự chân truyền cho đến ngày nay.

Vốn là một pháp môn bí mật nên trải qua nhiều thế kỷ *Tantra* mới được truyền ra ngoài. Lai lịch của nó cũng chỉ là những phỏng đoán nhờ dựa vào niên kỷ của các pháp sư *Mật tông*. Ban đầu, *Tantra* được ngụy trang dưới hình thức cầu đảo của các bộ tộc thờ Đại Mẫu, sau đó lan dần xuống các đẳng cấp thấp hơn trong xã hội *Hindu*. Một bản sao lục về pháp thuật với nhiều mục đích khác nhau như chữa bệnh, trừ tà trở thành một bộ phận của các giáo phái bí mật. Qua nhiều thế kỷ, khi các bản sao lục được Phạn hoá và thường là ngụy tạo hơn là chính bản gốc, các giáo phái bí mật lần lượt xóa bỏ các vị thần của đạo *Bà-la-môn* cùng các nghi thức và các nguyên tắc của *mật chú*. Cho nên càng về sau triết học của *Áo nghĩa thư*, các kinh điển của khoa *Du-già* cũng như các giáo pháp của *Phật giáo Đại thừa* cũng rơi vào một số phận tương tự. Tuy nhiên, có một sự chuyển hoá quan trọng là cơ cấu nghi thức Mật giáo trở thành một hệ thống siêu hình với mục đích giải phóng con người ra khỏi khổ đau. Và *Kapalika*, một giáo phái tương tự như dòng *Tantra* của *Saiva*, do nhiều tu sĩ Phật giáo hình thành. Đây là dòng *Mật tông* đầu tiên.

Nhưng mãi đến thế thế kỷ 4 hoặc 5, do nhu cầu truyền thừa để giữ vững mối đạo, các kinh điển *Mật tông* mới được chép lại trên lá cọ. Trước đó chúng chỉ được truyền khẩu.

Bộ kinh *Manjusri Mulakalpa* bao gồm các tư tưởng *Đại thừa* lẫn *Kim cương Mạn-đà-la* của *Ngũ Phật Thiền Định*, nhưng *Guhyasamaja Tantra* lại được xem là tác phẩm đầu tiên trong số các *Tantra* gốc mô tả khoa *Du-già*, gồm các *mạn-đà-la*, mật chú và các nghi thức để triệu thỉnh một vị thần đặc biệt nào đó cùng với quyến thuộc của ngài. Đây chính là trường hợp của *Guhyasamaja*. Có lẽ môn *Tantra* này được biên soạn vào thế kỷ 6 hoặc 7, nhưng mãi đến thế kỷ 8 mới được ngài *Indrabhuti* truyền ra ngoài.

Thế kỷ 8 và 9 đã chứng kiến một sự khải huyền (*revelation*) của các môn *Tổng trì* (*Major Tantras*), đặc biệt là *Thai tạng thừa* của Phật giáo pha lẫn một số yếu tố của giáo phái thờ Đại Mẫu (*Sakta*).

Khi kinh văn *Tantra* được viết ra thì không còn giữ bí mật được nữa. Có lẽ có nhiều lý do để giữ bí mật, nhưng lý do quan trọng nhất là tránh sự thù địch đối với đạo *Bà-la-môn*, vốn là một tôn giáo lớn vào bậc nhất thời ấy.

Một trong những khía cạnh có tính thu hút của *Tantra* Phật giáo là việc truyền trao rộng rãi pháp tu cho mọi tầng lớp quần chúng, cả nam lẫn nữ, khác với sự độc quyền truyền thừa cho một giai cấp được ưu đãi trong xã hội. Hơn nữa, phép tu có phần phóng khoáng do không chịu ảnh hưởng của *Tantra Sakta* (Đại Mẫu) nên cho phép dùng rượu thịt và tính giao giữa tầng lớp quý tộc với giai cấp hạ tiện. Đây là những điều cấm ky đối với đạo *Bà-la-môn*.

Một trong những thành công lớn nhất của các nhà sư Phật giáo là biến môn *Tantra* thành một cái gì đó mà xã hội đương thời có thể chấp nhận được, và mặc dù các hình thức *Tantra* Phật giáo được phổ biến vào thời ấy có phần thoả hiệp với tôn giáo lớn (*Bà-la-môn*) nhưng về học thuyết cơ bản vẫn có sự đối địch cho đến ngày nay.

Chính nhờ sự thoả hiệp ấy mà Phật giáo đã thu hút được những tâm hồn vĩ đại, những học giả đạo sĩ thông thái và uyên bác có khả năng trước tác nhiều bộ luận quan trọng về *Tantra*, cũng như chú giải rành mạch những điểm tối nghĩa của *Tantra* bằng chính giáo pháp và các nguyên lý của Phật giáo Đại thừa. Các ngài còn lược bỏ những dấu vết thô thiển của pháp môn này để tạo thành một dấu ấn lớn.

Trước khi mô tả các pháp *Du-già* và phương thức tu luyện của những pháp sư đa dạng này, có lẽ cần định nghĩa một số từ *Sanskrit* mà ở đây chúng tôi sẽ giữ nguyên không dịch vì không có thuật ngữ tương đương.

Trước hết là từ *siddha*. Về mặt ngôn ngữ, *siddha* là người tu pháp môn *Mật tông* hay *Tantra* và đã thành tựu đạo quả, nên cũng được dịch là *"thành tựu giả"* (người đã thành tựu). Sự thành tựu này được gọi là *siddhi*. Từ *siddhi* có hai nghĩa: một là thần thông, hai là Phật trí, hay trí giác ngộ. Do vậy *siddha* thông thường có thể dịch là *thánh tăng, pháp sư, đạo sư* hay *kim cương sư*. Nhưng những từ này không đủ sức diễn tả hết mật hạnh của các ngài. Đối với một người bình thường chưa được khai tâm thì *siddha* trước hết ám chỉ một con người có các phép thần thông quảng đại. Nếu một hành giả *Du-già* có thể đi xuyên qua tường, bay trên không trung, chữa lành các bệnh tật, biến rượu thành nước, đọc được ý nghĩ của người khác... vị ấy được phong tặng danh hiệu *Siddha*. Nhưng cũng vị sư *Du-già* ấy, nếu có tia nhìn lấp lánh vẻ điên dại trong đôi mắt, bùn đất trét đầy thân thể, hát lên những lời ngô nghê khiến người nghe phải rơi lệ... sự xuất hiện bất ngờ của vị ấy khiến cho một đám đông đang ẩu đả phải chấm dứt ngay lập tức; vị ấy có thể khiến cho một phụ nữ hiền thục đoan trang từ bỏ mái ấm gia đình, dùng bình bát là chiếc sọ người, chuyện trò với các loài chim chóc, ngủ chung với người bệnh hủi, quở mắng những kẻ mị dân và những người có hành vi trái với luân thường đạo lý, giữa búi tóc bện dài hàng thước có đính một viên kim cương - biểu tượng cho sự kiên cố và tánh bất hoại: vị ấy chính là *Mahasiddha*. Cho nên nếu chỉ căn cứ vào hình tướng bên ngoài của các vị này, phàm phu không thể nhận biết được mục đích của họ qua những hành động cử chỉ dị thường.

Các vị *siddha*, hay Kim cương sư *Mật tông* có thể xuất hiện trong nhiều hình tướng hoặc ở những địa vị xã hội khác nhau. Có thể đó là một kẻ bán rong, một vị quan, một ông hoàng, tu sĩ, đày tớ, nô lệ, hay một kẻ có cuộc sống lang thang đây đó, thậm chí có thể là một cô gái lầu xanh.

Tiếp đến là từ *saddhana*, có thể dịch là *"tu pháp"*. Đó là hành động hợp nhất giữa thân, khẩu và ý do nguyện lực của vị Bồ Tát. *Saddhana* còn là giới luật tu tập của một hành giả *Du-già* được thầy truyền trao. *Saddhana* cũng là nghi thức thiền định của một tu sĩ đã được truyền giới. Như vậy, *saddhana* rất quan trọng đối với một *Tantrika*, tức hành giả tu *Mật tông*. Trong thực tế, *saddhana* chính là toàn bộ cuộc đời của hành giả. Vị này sẽ không thể thâm nhập vào *saddhana* một khi còn vi phạm lời thệ nguyện lúc mới được khai tâm.

Việc thực hiện *saddhana* phải hoàn toàn dựa trên căn bản *vô ngã* để cống hiến toàn bộ cho sự giác ngộ và đem tri kiến giải thoát này mà thành tựu đạo quả cho người khác.

Trong ngôn ngữ Tây Tạng, *saddhana* được dịch là *Sgrub Thabs*, chỉ có nghĩa là "*thành tựu pháp*", tức là pháp môn tu tập để đạt tới đạo quả.

Tùy theo nhân cách của từng vị mà *saddhana* của mỗi vị có phần khác nhau. Dù ý nghĩa hạn chế nhưng tựu trung thì các *saddhana* là những phương cách thiền định hoàn bị và sáng tạo. Mục đích rốt ráo của *saddhana* là *Mahamudrasiddhi*, nghĩa là *Thần thông Đại thủ ấn*.

Siddhi bao gồm hai nghĩa là thần thông và sự giác ngộ. Từ "*giác ngộ*" ở đây được định nghĩa là "*nắm hiểu rốt ráo tánh nhất quán của các pháp*", tức là *tri kiến bất nhị* về thật tánh của các pháp.

Trí phát sinh cùng lúc với Bi. Sự hội nhập giữa Bi và Trí chính là *Mahamudrasiddhi*. Nhập vào *Ba thân*, có đủ *Tứ trí* thì gọi là *Mahamudra*.

Mahamudra là một thuật ngữ siêu hình khó hiểu. Trong *Tantra* Mẹ (*mother tantra*), *mahamudra* là biểu tượng của *chân đế*.

Theo hệ phái *Áo Vải* (*Kargytpa*) hay là dòng *Đại thủ ấn*, mà tiêu biểu là các đạo sư *Tilopa*, *Naropa* và *Marpa*, thì *Mahamudrasiddhi* gồm 8 đại thần lực. Nhưng truyền thuyết nói rằng ngài Bồ Tát Long Thụ truyền cho ngài *A-xà-lê* Long Trí 6 món thành tựu như sau:

1. Thấu suốt các pháp.
2. Trí huệ thiện xảo.
3. Biến hoá thần thông.
4. Phương tiện thù thắng.

5. Thần túc.

6. Phép luyện đan dược trường sinh bất tử.

Những pháp thuật như thế có thể được diễn dịch một cách hình tượng về mặt văn chương tùy theo đức tin và trí tuệ của mỗi chúng sinh. Do đó sự hiển lộ thần thông của một vị đạo sư như đi xuyên tường chẳng hạn, chỉ là phương tiện để đem lại niềm tin vào pháp lực đối với kẻ kém trí, nhưng đồng thời cũng chứng minh rằng bản chất của thực tướng cũng chỉ là hình bóng, là ảo ảnh, là ánh sáng, là hư vô.

Chúng ta cần hiểu rằng tất cả các pháp thuật thần thông ấy đều dựa trên một nguyên lý cơ bản: *"Các pháp đều do tâm tạo."* Đối với một đạo sư không có sự phân tách riêng biệt giữa *thân* và *tâm*, giữa *tinh thần* và *vật chất*, giữa *ta* và *người khác.*

Vì thế nên các ngài có thể trực nhận được đau khổ của người khác và có thể thực hiện các phép lạ bằng cách vận hành các nguyên tố đất, nước, lửa, gió như những phương tiện cứu độ.

Ngay cả một hành giả còn sơ cơ cũng có thể đạt được một số thần thông trong lúc thiền định, nhưng quan trọng nhất là sau khi xả thiền các thần thông ấy không bị mất. Đó mới chính là dấu hiệu của sự chứng đắc.

Hành giả phải khéo vận dụng các phương tiện thiện xảo để an tâm mình và người khác, giúp cho các pháp lành tăng trưởng và làm biến đổi ý thức một cách tự phát. Vì thần thông sẽ mất đi khi hành giả bị vọng tưởng che lấp, còn trực giác nhạy bén do thiền định lâu ngày sẽ phát sinh.

Trong *Mật tông* các thần lực được tượng trưng bằng hình tướng của bốn *thiên nữ* (*dakini*) cai quản bốn đại (*đất, nước, lửa, gió*).

Đại sư thứ nhất Luipa -
Nhà sư Du-già ăn lòng cá thối

Như chó dại dính mật ong nơi mũi
Cuồng điên tìm vị ngọt khắp nơi nơi
Hãy tiết lộ bí mật của một Lạt-ma
Cho kẻ dại khờ kia hiểu rõ
Với một con người nhạy cảm
Ngộ được chân lý vô sinh
Tia nhìn thoáng qua của một Lạt-ma
Là tia chớp thanh tịnh
Soi sáng và huỷ diệt ảo ảnh
Như con voi đốn ngã quân thù
Bằng chiếc vòi tựa gươm đao

Truyền thuyết

Thuở nọ, tại đảo quốc Tích Lan (*Sri Lanka*), sau khi quốc vương băng hà, theo truyền thống, thái tử thứ nhất sẽ kế vị vua cha. Nhưng các quan thiên văn xét thấy rằng muốn đất nước được an bình thì cần phải trao ngôi báu cho người con thứ. Vì vậy, vị hoàng tử trẻ tuổi nghiễm nhiên thành người trị vì cả vương quốc Tích Lan.

Mặc dù sống trong cảnh lộng lẫy xa hoa, được cung phụng đầy đủ các món ngon vật lạ, nhưng vị vua trẻ vẫn cảm thấy chán chường quyền lực và sự giàu sang. Bởi xét cho cùng thì nhà vua chẳng được gì thêm ngoài hai thứ ấy! Và niềm khao khát duy nhất của ngài là thoát khỏi cảnh ràng buộc này.

Rủi thay, trong lần đầu bỏ trốn, nhà vua trẻ bị bắt lại và

bị xiềng chặt vào chiếc ngai bằng một sợi xích vàng. Sau đó, nhờ đút lót cho lính canh, nhà vua lại thoát ra khỏi hoàng cung cùng một người hầu.

Ngài đã tưởng thưởng một cách hào phóng cho người hầu cận trung thành trước khi rời bỏ Tích Lan để tìm đến *Ramesvaram*, nơi đức vua *Rama* đang trị vì. Tại đây, ngài đã đổi chiếc vương miện bằng vàng để lấy một da dê và bộ vương phục quí giá để lấy một bộ quần áo rách nát. Kể từ đó, ngài trở thành một đạo sĩ du phương.

Vị đạo sĩ vốn là cựu vương này thân tướng oai nghiêm đẹp đẽ nên không mấy khó khăn trong việc khất thực độ thân.

Du hành khắp xứ Ấn Độ, cho đến một hôm tình cờ ngài đặt chân đến vùng Phật tích *Vajrasana*, nơi xưa kia thái tử *Tất-đạt-đa* tu thành chánh quả. Tại đây, ngài được gặp các nữ *Du-già* hành giả (*Dakini*) truyền cho tâm pháp.

Rời *Vajrasana*, ngài đi đến *Pataliputra* (thành Hoa-thị), kinh đô của nhà vua nằm ven bờ sông Hằng. Ban ngày ngài đi khất thực, đêm về nghỉ ngơi nơi mộ địa.

Một bữa nọ, trong khi đi khất thực ngài tình cờ dừng chân trước ngưỡng cửa của một thanh lâu. Chính nghiệp lực của ngài đã dun rủi đưa đến sự kỳ ngộ này.

Một cô kỹ nữ lầu xanh mà trong tiền kiếp từng là một *dakini* chăm chú nhìn vị đạo sĩ một hồi lâu rồi thốt lên rằng: "Các căn của ông quả là khá thanh tịnh, chỉ hiềm một nỗi tính kiêu mạn vi tế về dòng dõi hoàng tộc vẫn còn phảng phất trong ông."

Nói xong, cô đổ một ít cháo ôi thiu vào bình bát của ngài.

Đi được một quãng, vị đạo sĩ trút thứ cháo lỏng bỏng đã hôi thối không còn ăn được nữa xuống một rãnh nước ở ven đường. Cô gái nhìn theo thấy vậy bèn quát lên một cách giận dữ: "Làm thế nào ông có thể đạt đến *Niết-bàn* khi tâm ông còn phân biệt sự dơ sạch của thức ăn?"

Nghe lời trách mắng như thế, vị đạo sĩ cảm thấy xấu hổ và chợt nhận ra rằng ngài chưa hoàn toàn dứt trừ hết các phiền não trong tâm. Và ngài nhận thức được rằng tâm suy lường phân biệt là trở ngại chính khiến ngài khó đạt tới Phật tính.

Ngài liền đi về phía sông Hằng, liên tục thiền quán ròng rã suốt 12 năm để diệt vọng niệm phân biệt và các kiến chấp.

Hằng ngày, ngài đi quanh bờ biển lượm các ruột cá mà ngư dân vứt bỏ rải rác. Pháp tu của ngài là vận tâm quán tưởng thứ ruột cá tanh hôi đến tởm lợm ấy trở thành một loại tiên dược thanh khiết. Ngài quán chiếu các pháp thế gian là duyên hợp, bản chất của chúng chỉ là một sự rỗng không.

Bởi hạnh tu ấy, nhân dân quanh vùng gọi ngài là *Luipa*, có nghĩa là "*người ăn ruột cá*".

Sau 12 năm tinh cần tu luyện, ngài *Luipa* đã chứng đắc thần thông và giác ngộ. Ngài trở thành một vị Guru nổi tiếng, và trong các truyền thuyết về *Darikapa* và *Dengipa* cũng có nhắc đến ngài.

Hành trì

Truyền thuyết về ngài *Luipa* đã khôi phục lại một số sự kiện trùng lắp gần giống như trường hợp của đức Phật *Thích-ca Mâu-ni*. *Luipa* là một vị vua từ bỏ ngai vàng và các thú vui ngũ dục để đi tìm sự giác ngộ, và ngài cũng đã ra đi trong một đêm tối cùng với một người hầu, để rồi sau đó trở thành một tu sĩ. Cả hai đều đánh đổi vương miện và hoàng bào để lấy một bộ y phục tồi tàn của dân nghèo. Điều ấy nói lên quyết tâm từ bỏ địa vị cao sang để đi tìm chân lý giải thoát.

Có điều là *Luipa* đã sinh ra vào thời kỳ Phật không còn

tại thế. Do đó ngài không gặp Phật để được người trực tiếp trao truyền giới luật và được hướng dẫn các pháp tu đơn giản nhưng có hiệu quả lớn.

Để có thể đoạn trừ tạp nhiễm vi tế, vị *Kim cương Thánh nữ* đã đưa ra phương pháp giải trừ các kiến chấp phân biệt trong tâm của *Luipa*, vì đó là nguyên nhân đưa hành giả trở lại sáu nẻo luân hồi. Tuy nhiên, muốn thoát khỏi sinh tử luân hồi trong hiện kiếp cần phải có pháp môn thù thắng khế hợp với căn cơ của hành giả.

Luipa được xem là bậc thầy của *Tantra Mẹ*, nhưng khai ngộ cho ngài lại là một kỹ nữ mà trong tiền kiếp vốn là một nữ *Du-già* hành giả (*Dakini*).

Vị *Dakini* đã thấu suốt được tâm kiêu mạn vi tế về dòng dõi, chủng tộc, đẳng cấp còn đọng lại trong tâm của *Luipa*, nên qua cách cúng dường cháo thiu bà đã gián tiếp chỉ cho ngài pháp môn đối trị: *Pháp môn dùng thức ăn bất tịnh.*

Để đạt tới tâm siêu xuất, cần nuôi dưỡng và kết thân với cái mà ta căm ghét nhất. Cách tu tập này hình thành tâm bất nhị, không phân biệt, bởi vì phải biến mọi kiêu hãnh, phân biệt, định kiến thành những hạnh lành, giống như ngài *Luipa* biến ruột cá tanh hôi thành tiên dược.

Nếu hành giả không lãnh hội được chân tính rỗng không thường hằng trong từng xúc niệm liền lập tức rơi vào đối đãi phân biệt, mà cảnh giới nhị phân là cảnh giới của sáu nẻo luân hồi.

Để đạt tới cảnh giới *Niết-bàn* bất nhị, cần phải đạt được tâm bất nhị. Bởi nhờ nơi tâm bất nhị mà hành giả có thể nhận rõ được mùi vị chung của tất cả các pháp. Mùi vị ấy là mùi vị giải thoát thanh tịnh.

Xem xét pháp tu của ngài *Luipa*, ta sẽ thấy được rõ hơn nếu hiểu được *cá* biểu trưng cho điều gì trong xã hội của thời ấy.

Trước hết, cá cũng là một chúng sinh hữu tình. Đối với đạo *Bà-la-môn*, ăn cá đồng nghĩa với sự chối đạo vì ruột cá là thức ăn chỉ dành cho chó mà thôi. Và trong *Vật tổ giáo* (*Totem*), chó là giống thấp hèn nhất.

Thực hành một pháp tu như vậy vào thời ấy, *Luipa* trở thành một hạng người dơ bẩn, hạ tiện, không ai có thể đến gần hay tiếp xúc. Ăn ruột cá là một cách tự sỉ nhục mình nhằm xoá bỏ tất cả những vết tích về dòng dõi, sự giàu sang và các đặc quyền trước kia trong sâu thẳm của hiện hữu kiêu mạn vi tế núp mình trong đó, cái mà hành giả *Luipa* cần phát hiện.

Mặc dù pháp môn tu tập của ngài *Luipa* không được mô tả đầy đủ ở đây nhưng ta thấy rằng định lực của ngài đã biến chuyển được thế giới riêng của ngài. *Luipa* là chủ tể của cái thế giới mà ngài kiến lập.

Sử liệu

Truyền thuyết vừa kể là căn cứ duy nhất xác định ngài *Luipa* đã sinh ra ở Tích Lan, và như vậy lẽ ra các văn bản của *Singhaladvipa* nhất định phải có đề cập đến. Nhưng vào thời ấy có nhiều vương quốc nằm trên vùng tiểu lục địa gọi là *Singhaladivpa*, trong đó có một vương quốc giáp ranh với *Oddiyana* mà nhiều nguồn tư liệu khác cho là nơi ngài *Luipa* đã sinh ra.

Trong một tài liệu khác do học giả *Buston* chép lại, *Luipa* là con của đức vua *Lalitacandra* của xứ *Oddiyana*. Khi còn là một thái tử, ngài *Luipa* có cơ duyên gặp được đạo sư *Savaripa*, vốn là đệ tử của ngài *Saraha*. Đạo sư *Savaripa* truyền tâm ấn cho ngài *Luipa* trong một buổi lễ *trà tỳ* (lễ thiêu xác). Sau khi được truyền tâm ấn, *Luipa* rời *Oddiyana* và thực hành hạnh đầu đà. Cuối cùng ngài đến bờ sông Hằng, suốt ngày thiền định bên cạnh một đống ruột cá thối. Ngài trụ tâm vào một điểm duy nhất (*sustained one pointed meditation*) cho đến lúc đắc pháp.

Hai nhân vật nổi tiếng khác là *Darikapa* và *Dengipa* đã mô tả ngài *Luipa* như một đại sư vô uý, vô ngại, và là sơ tổ của pháp môn *Tantra* Ấn Độ. Theo hai vị sư học giả này, ngài *Luipa* vốn là quan văn ở kinh đô *Maharaja*, xứ *Bharendra*, dưới triều vua *Dharmapala*. Thuyết này nói rằng khi đạo sư *Savaripa* du hoá tại kinh đô *Maharaja*, ngài nhận ra *Luipa* là người hội đủ điều kiện lãnh hội huyền môn của ngài nên ngài đã truyền pháp *Kim cương Mạn-đà-la* cho *Luipa*.

Theo chứng cứ lịch sử, ngài *Luipa* sinh cùng thời với hoàng đế *Dharmapala* (770-810) Nếu ngài *Luipa* thọ pháp vào cuối thế kỷ 8 hoặc vào đầu thế kỷ 9, ta có thể ước tính niên hiệu của các đạo sư khác như *Darikapa*, *Dengiea*, *Dombi Heruka* vì họ đều là môn đồ của *Luipa*.

Nhưng nếu ngài *Luipa* sinh vào thế kỷ 8 thì không thể đồng thời với *Minapa* và *Macchendrannath*, mặc dù có những sự kiện trùng lặp, chẳng hạn như tên của các vị ấy theo Phạn ngữ đều có nghĩa là "*cá*". Cả hai vị đều thuộc hệ phái *Yogini Tantra* (*Luipa* thuộc chi phái *Samvara*, ngài *Minapa* thuộc chi phái *Yogini Kanda*).

Thật ra *Minapa* xuất thân từ phái *Naith Saiva* (thờ thần *Siva*) và đạt danh hiệu *adi-guru*, còn ngài *Luipa* không liên quan gì đến giáo phái *Hindu* mặc dù môn thiền quán của ngài có đặc tính của phái *Sakta* (Đại Mẫu).

Sở dĩ tên tuổi của ngài *Luipa* được đưa vào đầu danh sách của 84 vị đại sư *Đại thủ ấn* vì tác giả cho rằng ngài *Luipa* chính là vị pháp sư đầu tiên của phái *Đại thủ ấn*.

Vị thứ hai đứng vào vị trí này là *Saraha*. Theo tuổi tác thì *Luipa* sinh ra sau *Saraha*. Mặt khác, xét theo địa vị và pháp lực, uy danh của *Saraha* rất lừng lẫy trong lãnh vực văn chương, nhưng tên ngài *Luipa* lại gợi lên ý nghĩa đại trí lực. Chính đại trí lực ấy tạo cho ngài sức thần thông quán chúng.

Cả *Saraha* và *Luipa* đều xuất thân từ phái *Samvara Tantra*, nhưng chính *Luipa* được nhận danh hiệu *Guhyapati*, tức là *Bí mật Pháp sư*, đưa ngài vào địa vị của một *adi-guru* trong hệ phái *Samvara Tantra*. Môn đồ của dòng tu này đều tu tập theo phương pháp của *Luipa*. Hơn nữa, *Luipa* được *Kim cương Thánh nữ* (*Dakini Vajra Varahi*) trực tiếp khai ngộ.

Nếu ngài *Luipa* nhận được sự thiên khải có nguồn gốc từ *Samvara Tantra* tại *Oddiyana*, vốn là vùng đất sản sinh ra nhiều chi phái *Tantra* thuộc *Tantra Mẹ*, thì chính ngài có nhiệm vụ hoằng dương pháp môn này ở vùng Đông Ấn.

Cho dù nguồn gốc của chi phái *Tantra* này như thế nào thì *Luipa* cũng vẫn là biểu tượng của điều mà ngài *Sahara* tôn thờ. Điều này đã được khẳng định trong các bài đạo ca do *Sahara* trước tác.

Chính phương pháp tu tập của ngài *Luipa* đã trở thành nguồn cảm hứng và khuôn mẫu tu tập cho những đạo sư lẫy lừng khác như *Kambala*, *Ghantapa*, *Indrabhuti*, *Jalandhara*, *Krsnacarya*, *Tilopa* và *Naropa*. Tất cả các vị đạo sư này đều thọ trì pháp môn của *Luipa*, và *Marpa Dopa* đã truyền dòng *Tantra* này vào Tây Tạng mà phái *Kahygu* vẫn còn gìn giữ tu tập cho đến ngày nay.

Mặc dù *Luipa* theo Tạng ngữ nghĩa là "*người ăn ruột cá*" (*Nya lto zhabs*), nhưng có lẽ từ này có nguồn gốc từ chữ *lohita* trong tiếng *Bengal* cổ, là tên của một loài cá. Và vì thế *Luipa* cũng đồng nghĩa với các từ như *Minapa* và *Macchendra*, *Matsyendra*. Ngoài ra, tên gọi này còn có nhiều dạng khác nữa như là *Luhipa*, *Lohipa*, *Luyipa*, *Loyipa*.

Đại sư thứ 2 - Lilapa

Đức vua ẩn sĩ

Trong cái vút nhanh
của bốn trạng thái tâm cao thượng,
Đức vua - Nhà Du-già - Con sư tử chốn rừng già
Vương miện là năm chòm lông màu lam ngọc
Còn nhà Du-già kia
Vương miện là năm thức thanh tịnh
Với mười vuốt sắc
Con mãnh sư xé nát thịt con mồi
Mười hạnh tốt của nhà Du-già
Bén như gươm đao
chặt đứt những quyền năng tiêu cực
Vì ngộ được chân lý này nên Lilapa giải thoát

Truyền thuyết

Một ngày nọ, trong khi vị quốc vương vùng Tây Ấn đang tựa lưng ở bệ rồng, chợt có lính canh tâu rằng có một vị đạo sĩ muốn vào bái kiến.

Nhìn vẻ cơ hàn và nét phong trần của đạo sĩ, nhà vua tỏ vẻ ái ngại và thương xót, vua phán: "Sống rày đây mai đó, hẳn là thầy khổ lắm?"

"Tâu bệ hạ, tôi không hề lấy đó làm khổ não. Có chăng chính bệ hạ mới là kẻ đau khổ, đáng thương." Đạo sĩ ung dung đáp.

"Cớ sao thầy nói vậy?" Nhà vua sửng sốt hỏi.

"Trước hết, bệ hạ luôn sống trong nỗi lo mất ngôi, mất nước. Lòng của bệ hạ lúc nào cũng canh cánh lo sợ cơn thịnh nộ của thần dân dễ đưa tới việc tạo phản. Vì thế nên bệ hạ đau khổ. Còn như tôi đây, vào nước không chìm, vào lửa không cháy, độc không hại được, lại biết thuật trường sinh bất tử, ra khỏi luân hồi."

Nghe qua lời đạo sĩ nói, nhà vua bồi hồi than rằng: "Bạch thầy, làm thế nào quả nhân có thể bắt chước nếp sống rày đây mai đó cơ cực như thầy. Cúi xin thầy từ bi ban cho diệu pháp. Có cách tu nào phù hợp với hoàn cảnh của quả nhân, không lìa ngôi báu, vợ đẹp con xinh, cung điện nguy nga mà vẫn tu thành chánh quả được chăng?"

Bạch xong, vua phủ phục năm vóc sát đất khẩn cầu đạo sĩ truyền pháp.

Đạo sĩ hoan hỷ nhận lời, bèn trao tâm pháp cho nhà vua. Nghe xong pháp từ, vua liền vào định.

Kể từ đó, nhà vua thường tu tập thiền định ngay trên ngai vàng và thậm chí trong khi cùng các phi tử thưởng thức vũ nhạc. Nhà vua được mệnh danh là *Lilapa* vì tính ưa lạc thú và yêu thanh sắc của ngài.

Cách tu của *Lilapa* là chú mục bất động vào chiếc nhẫn ngài đeo ở bàn tay phải.

Sau khi đắc định, vua bèn quán thân tướng của thủ thần (*Yidam*) *Hevajra* cùng quyến thuộc của ngài. *Lilapa* ngộ được chân lý rốt ráo và đắc thần thông *Đại thủ ấn* sau khi thành tựu pháp quán này.

Hành trì

Qua truyền thuyết của ngài *Lilapa*, ta thấy một khi giáo pháp của một bậc thầy khế hợp với căn cơ của người đệ tử thì người ấy không nhất thiết phải lìa bỏ đời sống gia đình, từ bỏ các thú vui ngũ dục, mà vẫn có thể tu tập tập đạt tới cứu cánh *Niết-bàn*.

Kim cương thừa trở nên ngày càng cực thịnh, trước hết là do khuynh hướng chung của xã hội Ấn Độ thời ấy, khi mà quyền lực của giai cấp *Bà-la-môn* bắt đầu suy sụp, *Đa thần giáo* phát triển rộng rãi trong các giai tầng thấp hơn, lối tu khổ hạnh không còn sức thu hút quần chúng và chủ nghĩa hưởng lạc xuất hiện.

Kim cương thừa vừa là nhân vừa là quả của một sự kết hợp giữa *dục lạc* và *giải thoát*.

Trong giáo pháp *Kim cương thừa*, triết học nhất nguyên (*Vạn pháp duy tâm tạo*) của Ấn Độ đã đạt đến chỗ cùng tột của nó. Đó là xem bản chất của hành vi con người cũng đồng với các bậc thánh.

Tuy nhiên kẻ cầu đạo phải có đủ sức dũng mãnh tinh tấn, dám thừa nhận mình vốn là Phật và cảnh giới quanh mình vốn là cõi Phật.

Điều quan trọng nhất là hành giả phải gặp được chân sư. Vị chân sư này sẽ xem xét căn cơ mà truyền pháp khế hợp với kẻ cầu đạo, hướng vị này đến chân lý giải thoát rốt ráo để cứu độ chúng sinh với tâm *vô ngã* chứ không hướng đến dục lạc.

Ngoài ra, căn cơ của hành giả cần phải ở vào giai đoạn chín mùi, nghĩa là vị ấy phải dốc một lòng cầu chân lý giải thoát.

Ngài *Lilapa* có những đủ cơ duyên ấy, nên sau khi được điểm đạo ngài đã say mê tu tập pháp thiền định trụ tâm vào một điểm duy nhất (*one-pointed samadhi*).

Đây là việc khó làm đối với những ai có đời sống bận rộn hay đang chìm đắm trong dục lạc. Bởi ngay các hành giả *Mật tông* (*tantrika*) muốn nhất tâm quán điểm như thế cũng phải tìm nơi an tịnh như mật thất hay hang động hẻo lánh để tu luyện.

Nhưng trong *Kim cương thừa*, một khi hành giả hội đủ các duyên và được chân sư khai ngộ thì việc xuất gia không theo nghĩa thông thường là *"ly gia cát ái"*, mà được hiểu như là một trạng thái của tâm - trạng thái dứt bỏ mọi vọng tưởng và phân biệt đối đãi. Tâm an tịnh ấy là mật thất. An trú trong tâm an tịnh ấy, hành giả tự do quán sát cảnh giới di chuyển bên ngoài mà tâm vẫn không bị thôi thúc xô đẩy. Hành giả liền nhận biết rằng *"không"* không lìa khỏi *"sắc"*.

Đây nói trụ tâm vào một điểm tức là thâm nhập vào đối tượng. Trụ tâm vào một điểm chỉ là giai đoạn sơ khởi, vì như thế hành giả cũng chỉ mới nhập vào đàn pháp (*mandala*). Lúc ấy, tướng của thủ thần *Heruka* và quyến thuộc của ngài chưa hiện rõ. Hành giả phải tiếp tục quán tưởng cho đến lúc thân tướng của vị thần này xuất hiện đầy đủ, rõ ràng đến từng chi tiết, màu sắc phải phân minh.

Sau đó, quán tưởng hai vị thủ thần nhập vào nhau giữa trung tâm đàn, đồng thời quán mười sáu vị *Kim cương thủ* vây quanh, mỗi mỗi hiện ra đầy đủ với các màu sắc khác biệt.

Thành tựu giai đoạn này tức thời hành giả đắc pháp.

Phép quán này gọi là phép quán về tính hư vọng của *sắc*, vì *sắc* ấy tức là tướng của *thủ thần* cùng quyến thuộc vốn từ hư không mà hiện ra.

Trên mặt nhẫn của ngài *Lilapa* vốn không có tướng của các thủ thần, vì vận tâm quán tưởng mà có nên gọi *sắc* ấy là từ nơi *không*. Vì nghịch lý ấy, nên nói *"sắc tức là không"*.

Đây là *Hevajra mạn-đà-la*. *Hevajra* còn có tên là *Heruka*. *Hevajra tantra* tức *Yoginitantra*, chính là *Tantra Mẹ*.

Trong bài kệ xưng tán *đệ nhất nghĩa đế*, *Lilapa* tán dương con *tuyết sư* (sư tử tuyết) là chủ tể bí mật của muôn loài. Con sư tử cái cho một thứ sữa mà ai uống vào thì được trường sinh bất tử. Nhưng loại sữa đặc biệt này chỉ được đựng trong bình ngọc mà thôi. Năm chòm lông xanh trên bờm con sư tử đực tượng trưng cho *năm thức thanh tịnh*. Mười vuốt chân tượng trưng cho *Mười Ba-la-mật*. Thành trì bất khả xâm phạm là *Bốn tâm vô lượng*.

Theo một số các tượng thường thấy thì tượng thủ thần *Hevajra* màu xanh có tám mặt, bốn tay và bốn chân trong tư thế ôm choàng minh phi của ngài là *Nairatma* có khuôn mặt trắng, hai tay và hai chân. Cả hai đều trong tư thế nhảy múa, một chân co, một chân duỗi. Có tượng vẽ ngài mười sáu tay, mỗi tay cầm một cái đầu lâu, còn *Nairatma* thì một tay cầm đầu lâu, một tay cầm câu liêm, trong dáng đứng uy vũ chống lại pháp thuật của bốn quỷ thần gồm *Phạm Thiên*, *Visnu*, *Siva* và *Sakra* (*Đế thích*).

Hình *Phạm Thiên* màu vàng, tượng trưng cho ngũ ma.

Hình *Visnu* màu xanh, tượng trưng cho nhục cảm.

Hình *Siva* màu trắng, tượng trưng cho sự huỷ diệt.

Hình *Sakra* màu trắng, tượng trưng cho kiêu mạn và tham dâm.

Đại sư thứ 3 - *Virupa*
Chân sư của các thiên nữ

Chân lý hiển nhiên thuộc về ta
Chỉ cần an trú trong thực tướng
Chẳng nghĩ, chẳng suy, chẳng nắm bắt
Chẳng phải của ta, chẳng là ta
Không cố chấp
Không cầu tỉnh giác
Chẳngphải thường hằng
Chẳng phải hằng
Giải thoát rốt ráo và viên mãn

Truyền thuyết

Ngài *Virupa* vốn sinh trưởng ở miền đông xứ *Triputa* thuộc vương quốc *Bengal* dưới thời vua *Devapala*.

Ngay từ thuở thiếu thời ngài đã qui y tu học tại tu viện *Somapuri*. Không lâu sau đó, ngài nằm mộng thấy *Kim cương nữ Bồ Tát* trao cho tâm pháp. Với lòng mong muốn mau thành tựu, ngài gia công trì tụng *Kim cương chơn ngôn* hai mươi triệu biến trong suốt thời gian 12 năm, nhưng ngài vẫn không thấy có dấu hiệu chứng đắc.

Một hôm, quá ư thất vọng, ngài ném xâu chuỗi vào hố xí và rủa thầm: "Mấy cái hạt vô tích sự này, chẳng liên quan gì đến niềm an lạc của ta."

Tuy nhiên, vào một đêm trong khi đang hành trì công phu, sự bừng ngộ xảy ra trong tâm thức, ngài chợt nhớ đến xâu chuỗi đã mất. Tức thì *Kim cương nữ Bồ Tát* hiện ra trao lại cho ngài xâu chuỗi và dạy rằng: "Ngươi chớ phiền não. Ta sẽ luôn ở bên ngươi để hộ trì. Hãy loại bỏ các kiến chấp phiền não mà gắng công tu tập."

Sau đó, ngài *Virupa* tu tập *Kim cương tâm pháp* thêm mười hai năm nữa thì ngài thấu triệt *đệ nhất nghĩa đế*, và kể từ ấy ngài vượt thoát ra ngoài vòng sinh tử.

Mặc dù vậy, *Virupa* là người vốn quen rượu thịt. Hằng ngày, người hầu thường đi ra ngoài kiếm rượu thịt để dâng cho ngài. Cho đến một hôm người hầu lén bắt trộm những con chim câu của tu viện làm thịt.

Thấy bỗng dưng mất những con chim câu, vị giám viện rung chuông họp tăng chúng lại tra hỏi: "Ai trong các người đã ăn thịt những con chim câu của tu viện?"

Chúng tăng đồng thanh đáp: "Bạch thầy, việc này vốn

chưa từng xảy ra. Có điều chắc chắn là không ai trong chúng tôi lại có thể sát hại những con chim câu ấy.”

Chợt một vị tăng nhìn vào cửa sổ phòng của *Virupa*, thấy ngài đang dùng thịt chim câu với rượu.

Lập tức *Virupa* bị trục xuất ra khỏi tu viện.

Gửi lại chiếc bình bát nơi bàn thờ, *Virupa* đảnh lễ lần cuối cùng trước tượng đức Thế Tôn, bậc Đạo Sư mà ngài đã thờ phụng hơn 24 năm qua, rồi ra đi.

Lúc rời cổng tu viện, một ông tăng chận lại hỏi: “Thầy sẽ đi về đâu? ”

Ngài đáp: “Ta đi theo con đường của riêng ta.”

Gần tu viện *Somapuri* có một hồ sen lớn, quanh năm phủ đầy lá. Khi đến gần hồ, *Virupa* liền ướm thử chân trên một lá sen để xem nó có chìm không. Đoạn ngài niệm danh hiệu Phật, rồi bước thoăn thoắt trên những cánh sen để đi qua bên kia bờ hồ.

Chứng kiến cảnh *Virupa* hiển lộ thần thông như thế, chúng tăng đều kinh hoàng, lòng tràn đầy hối hận.

Họ tiến lại gần, năm vóc sát đất, đảnh lễ và sờ vào chân ngài với niềm cung kính vô biên: “Ngài thật có pháp lực vô biên. Cớ sao lại nhẫn tâm giết hại những con chim câu của chúng tôi? ”

Virupa mỉm cười đáp: “Những gì các ông thấy biết cũng chỉ là ảo ảnh, giống như các hiện tượng thông thường khác trong thế gian mà thôi.”

Nói xong, sư sai người hầu mang lại những mẩu xương, thịt vụn của chim, bỏ vào lòng bàn tay trái đưa lên cao, tay phải khẻ khảy móng mấy cái.

Những con chim câu liền sống lại và bay đi, trông chúng to đẹp và khoẻ hơn trước.

Từ bỏ lối sống của một nhà sư trong tu viện *Somapuri*, *Virupa* trở thành một nhà *Du-già* khất thực. Lang thang đến bờ sông Hằng, ngài xin vị nữ thần sông này một ít vật thực, nhưng vị nữ thần này tỏ ra kiêu kỳ từ chối khiến sư nổi giận, rống lên một tiếng rồi tách nước sông làm đôi để đi qua.

Ngài đi mãi đến thị trấn *Kanasata*. Tại đây ngài ghé lại một tửu quán để dùng cơm và uống rượu. Cơm trắng và rượu nồng là hai thứ mà ngài ưa thích nhất.

Thấy *Virupa* uống rượu liên miên, chủ quán có ý định đòi tiền trước. *Virupa* cười bảo: "Ta sẽ ra đi khi trời tối. Lúc ấy trả tiền cũng không muộn."

Nói xong, tay trái ngài cầm dao quắm chỉ thẳng vào mặt trời, dùng phép *"định thân"* chặn đứng mặt trời, chia bầu trời làm thành hai phần: một bên tối và một bên sáng. Cứ như thế trải qua suốt mấy ngày, ngài tiếp tục uống và dùng lửa tam muội thiêu đốt năm trăm ngàn quỷ thần trong vùng, khiến cho hạn hán xảy ra trong vùng.

Đức vua xứ *Kanasata* lấy làm kinh hoàng về việc lạ chưa từng có ở đất nước của ngài nhưng không rõ duyên do gì. Cả triều đình cũng bó tay không biết tai họa từ đâu mà đến.

Cuối cùng, nữ thần Mặt Trời hiện ra báo cho nhà vua biết, sở dĩ có việc lạ như thế là do một hành giả *Du-già* nợ tiền cơm, rượu, và làm cho chính vị nữ thần này cũng đang phải khốn đốn.

Nhà vua bèn sai người đến trả tiền cho chủ quán. *Virupa* biến mất.

Ít lâu sau, *Virupa* du hành đến *Indra*. Đây là vùng đất có nhiều tín đồ *Bà-la-môn* rất cuồng tín. *Virupa* tình cờ đi ngang qua một tượng thần *Siva* bằng đá cao đến hơn 20 mét. Những tín đồ *Bà-la-môn* đang canh giữ tượng thần buộc ngài phải vái chào thánh tượng *Siva*. Ngài chối từ, hỏi rằng: "Bậc trưởng thượng mà phải vái chào kẻ dưới hay sao? "

Vua xứ *Indra* cũng có mặt ở đó, bèn lên tiếng bênh vực cho các đạo sĩ *Bà-la-môn*. Nhà vua phán: "Nếu ngươi không vái chào thánh tượng, ngươi sẽ phải tội chết."

Ngài nói: "Nhưng nếu ta đảnh lễ vị thần này, ta sẽ mắc tội lớn hơn tội chết."

Vua đáp: "Ngươi cứ làm. Hãy để tội ấy trẫm gánh chịu."

Virupa liền chắp tay cung kính. Tức thì, tượng thần *Siva* nứt đôi, một giọng nói rền vang như sấm sét từ cõi trời vọng xuống: "Đệ tử có mặt! Bạch thầy có điều gì dạy bảo? "

Ngài *Virupa* nói: "Nay ta qui y cho ngươi. Hãy phát nguyện hộ trì chánh pháp."

Thần *Siva* hiện ra, phát nguyện đúng theo lời dạy. Rồi tượng đá khép lại nguyên vẹn như cũ.

Từ *Indra*, *Virupa* lại vân du đến *Devikota* thuộc miền Đông Ấn. Hầu hết cư dân vùng này đều là phù thủy ăn thịt người, uống máu nóng. Họ thường rình rập bỏ bùa mê các khách bộ hành tình cờ qua lại vùng này để bắt đem về tế lễ.

Một ngày nọ *Virupa* cùng một thiếu niên đi vào vùng này. Cả hai dừng chân ở một ngôi đền thờ cuối làng để nghỉ qua đêm. Trong cuộc tương ngộ này, *Virupa* có ban cho chú bé một câu thần chú để hộ thân. Cả hai lăn ra ngủ vùi vì quá mệt mỏi sau chặng đường dài.

Lúc ấy, bọn phù thủy đang tụ tập để tế lễ. Họ đã có thịt thú vật nhưng còn thiếu máu người để cử hành đúng nghi thức của cuộc tế. Gã phù thủy cầm đầu đã bỏ bùa *Virupa* và cậu bé vào buổi sáng, bèn sai thuộc hạ đến ngôi đền để bắt hai nạn nhân của chúng.

Nhờ mật chú hộ thân, cơ thể của cậu bé như dính chặt

xuống mặt đất khiến bọn phù thủy dùng hết sức cũng không tài nào nhấc lên nổi. Chúng đành khiêng một mình *Virupa* đang còn say ngủ về nơi ở của chúng.

Bọn phù thủy tưới rượu lên khắp thân hình của *Virupa*, tay cầm dao, miệng cười rú lên một cách ma quái. Tiếng cười mỗi lúc một lớn, nhưng khi chúng chưa dứt tiếng cười, *Virupa* liền ngồi choàng dậy cất tiếng cười. Lần này, tiếng cười của *Virupa* to hơn gấp ngàn lần tiếng cười của bọn phù thủy, âm thanh chấn động đến tam thiên đại thiên thế giới, khiến bọn chúng mất hết ý thức.

So với tiếng cười của *Virupa*, tiếng cười của bọn phù thủy chỉ như tiếng khóc của trẻ sơ sinh.

Quá kinh sợ, bọn phù thủy khẩn nài xin ngài tha tội. Sau khi dùng thần lực nhiếp phục bọn phù thủy, *Virupa* làm lễ qui y cho chúng. Ngài dạy: "Nếu các ngươi một lòng chí tín, quy ngưỡng Tam bảo thì ta luôn kề cận các ngươi để hộ trì, tránh khỏi mọi sự tổn hại. Ngày ngày các ngươi phải chuyên cần tu tập hạnh Bồ Tát. Nếu các ngươi giải đãi, tự thân sẽ bị mất đi một cốc máu. Và nếu các ngươi quay lưng lại với chánh pháp mà trở về với loài quỷ thần thì chiếc đĩa này sẽ chém lìa đầu các ngươi. Lúc bấy giờ, *Bắc Phương Quỷ Vương* sẽ đến hút cạn máu của các ngươi."

Bọn phù thủy nhất mực vâng lời dạy của ngài *Virupa*.

Tương truyền, ngày nay người ta vẫn còn thấy hình dáng chiếc đĩa này và *Bắc Phương Quỷ Vương* trong dãi Ngân hà.

Sau khi nhiếp phục bọn phù thủy, *Virupa* lại vân du sang xứ khác.

Ít lâu sau, ngài lại trở về viếng thăm vùng *Dekikotta*. Lúc bấy giờ, vị Đại Phạm Thiên và thị giả của ngài là *Umadevi* dùng thần thông tạo ra một thành phố gồm bốn triệu cư dân để tôn vinh và thờ phụng ngài.

Tất cả vật thực dành cho buổi lễ cung nghinh ngài *Virupa* trở lại *Dekikotta* được chư thiên mang đến từ 33 cõi trời trong Dục giới.

Có truyền thuyết nói rằng ngài thọ đến 700 tuổi mới viên tịch.

Hành trì

Chướng ngại của *Virupa* cũng chính là phiền não của các hành giả *Mật tông* lúc còn sơ cơ. Trở lực ấy có lẽ do ngài quá đem tâm dục cầu khiến *sắc ý* bột phát trong giai đoạn tu định và cũng bởi kiến chấp ấy của ngài (preconception) đối với *chân tính* (nature of reality).

Kim Cương Thánh Nữ hiện ra như một thực thể nội tại vô biên đã phá vỡ cái vòng luẩn quẩn mà *Virupa* bị kẹt trong đó suốt 12 năm và giải thoát ngài ra khỏi sự bế tắc của tâm thức.

Không dựa vào sự vật bên ngoài, vất bỏ xâu chuỗi để đi vào bản tâm, đó là nhận thức đầy tính dứt khoát của *Virupa*.

Trong kinh dạy rằng: Bản tâm thanh tịnh thì gọi đó là hạt châu như ý. Bản tâm vốn là không, các pháp lưu xuất thành niệm là do có các căn. Trong khi thiền định, thường thì các kiến chấp sẽ tạo nên vọng tưởng rồi biến thành phiền não.

Sử liệu

Nơi ngài *Virupa* trải qua 12 năm tu học chính là đại tu viện *Somapuri*, một trong những tu viện lớn nhất ở vùng Đông Ấn, được xây dựng dưới triều đại *Pala* (gồm xứ *Bengal* và *Bihar*). Các vua thuộc triều đại này vốn là những đại thí chủ của *Mật tông*.

Nhà sư học giả *Taranatha* cho rằng vua *Devapala* (810-840) đã xây dựng tu viện này, nhưng có lẽ nó đã được tạo dựng trước đó nhiều năm do công của vua *Dhamlapaka* (770-810), một nhân vật sống cùng thời với *Virupa*.

Đến nay, người ta vẫn chưa xác định được vị trí chính xác của tu viện này, nhưng có thể đó là khu vực *Ompur* ở *Bengal*.

Có một điều đáng nói là thanh qui chi phối tăng chúng ở đây đã được sư *Santaraksita* truyền sang Tây Tạng và vẫn còn được áp dụng cho đến bây giờ.

Tripura, sinh quán của ngài, gồm những khu vực khác nhau như *Radhakisorapura, Assam Devikotta*. Các địa danh này cũng là tên của các đền thờ *Mẫu thần* (*Sakta*) toạ lạc trong những khu rừng sâu khó vào được. Nơi đó, các bộ tộc theo giáo pháp Đại Mẫu có tập tục tế người như theo chuyện kể ở *Kamarupa* mà *Virupa* đã cải đạo cho các bộ lạc này.

Từ "*witch*" theo Tạng ngữ là *Phra Men* (*vetala*), đó là một loại ma tử thi chuyên ăn thịt người để hoàn sinh (*a resurrected flesh-eating corpse*), nhưng theo kinh văn Tây Tạng thì đây là những nữ phù thủy bậc thấp chuyên về ma thuật và sử dụng linh phù.

Có một mẩu chuyện khác kể rằng *Virupa* được các thiên nữ (*dakini*) dâng cúng hoa sen và ốc tiên (hai biểu tượng của *âm dương*).

Với sự giúp đỡ của một Phật tử, *Virupa* đến được núi *Sri Parvata*. Tại đây, ngài *A-xà-lê* Long Trí Bồ Tát đã truyền thụ cho ngài các pháp thuật của Trời Dạ Ma (*Yama*). Với các pháp thuật này, *Virupa* quay lại *Devikotta* hàng phục các phù thủy và khiến họ qui y Tam bảo.

Lại có thuyết nói rằng *Virupa* là người lập ra pháp môn *Rakta Yamari Tantra* và một số các phương pháp thiền định đó liên quan đến bộ môn *Tantra* này.

Xét theo cung cách mà *Virupa* cải đạo cho dân chúng vùng *Devikotta* cũng như cách hàng phục Trời Đại Phạm Thiên ở *Indra*, chúng ta liên tưởng đến vị đạo sư *Mật tông* Liên Hoa Sanh, một nhân vật cùng thời với ngài, cũng đã dùng những phương cách tương tự để nhiếp phục và cải đạo cho những người theo đạo *Bôn* ở Tây Tạng. Theo kinh văn của dòng tu *Yogini Candika* (*the Mystic Heat*) thì ngài *Virupa* chính là nhà sư *Sridramapala*, và *Nalanda* là tu viện mà *Virupa* có lần đến tu học và sau đó bị trục xuất. *Orissa* chính là nơi ngài thi triển tửu lượng.

Ngoài ra, có một điểm phù hợp với câu chuyện thần *Siva* nứt ra khi *Virupa* chắp tay tại *Somanath*, vì tại *Samrastra* có một tượng đá của Đại Phạm Thiên (*Mahadeva*). Bức tượng đá khổng lồ rất nổi tiếng này bị quân Hồi giáo phá huỷ vào năm 1015.

Đại sư thứ 4 - *Dombipa*

Người cưỡi cọp

Viên đá của nhà triết học
Biến sắt trở thành vàng
Năng lực tự nhiên của viên đá quí
Biến đam mê trở thành thức thanh tịnh

Truyền thuyết

Dombipa vốn là quốc vương xứ *Ma-kiệt-đà* (*Magadha*). Ngài được Đạo sư *Viupa* khai ngộ và truyền tâm ấn.

Vị quốc vương ngộ đạo này thương yêu thần dân của ngài như con đỏ. Tuy nhiên dân chúng vẫn không biết ngài là môn đồ của Mật tông, mà chỉ biết ngài là vị vua hết lòng thương yêu và chăm lo đời sống nhân dân.

Để đất nước có một cuộc sống an lạc, ngài cho vời viên đại thần đến và dạy rằng: "Vì nghiệp quả đời trước nên đất nước ta thường xảy ra dịch bệnh và nạn đạo tặc. Nay để tránh tai họa cho muôn dân, ngươi mau đúc một cái chuông đồng lớn treo lên một cây đại thụ. Mỗi khi thấy có hiện tượng nguy biến thì đánh chuông ấy lên, tức nhiên tai họa tiêu trừ."

Viên đại thần y lệnh. Kể từ đó trong nước bớt nạn trộm, cướp và dịch bệnh. Cho đến một ngày nọ, có một đoàn hát rong từ phương xa đến để trình diễn cho nhà vua xem. Trong đám người thấp hèn ấy có một thiếu nữ 12 tuổi, xinh đẹp diễm lệ, ai thoạt nhìn cũng không khỏi đem lòng yêu thương. Nhà vua bèn tỏ ý nhận nàng về làm bầu bạn. Ngài bí mật ra lệnh cho bọn họ dâng nàng cho ngài.

Một người trong bọn tâu rằng: "Đại vương! Ngài là bậc cao quí, chúng tôi chỉ là kẻ tôi tớ hạ tiện mà mọi người khinh khi xa lánh. Cớ sao đại vương lại nghĩ đến một việc kết hợp không tương xứng như thế?"

Nhưng nhà vua cứ khăng khăng làm theo ý mình và ban thưởng vàng bạc cho đoàn hát rong.

Sau đó, vua bí mật giấu nàng trong hậu cung suốt 12 năm. Sau đó mọi người mới phát hiện ra sự có mặt của nàng.

Tiếng đồn loan đi khắp nơi. Người ta nói với nhau rằng: "Nhà vua đã chung sống với một phụ nữ thuộc tầng lớp hạ tiện. Điều này thật khó dung thứ."

Trước áp lực của thần dân và triều đình, nhà vua buộc phải thoái vị và giao quyền bính lại cho thái tử.

Sau đó, nhà vua rời hoàng cung và cùng nàng phi ấy đi vào rừng để sống. Tại nơi hoang dã, cả hai cùng nhau tu luyện môn *Du-già* mật pháp (*Tantric Yoga*) trong 12 năm.

Một dạo sau đấy, kể từ khi vua thoái vị, đất nước lâm vào cảnh rối ren. Triều thần họp lại và quyết định thỉnh cầu cựu vương quay về chấp chính.

Các sứ giả của triều đình đi vào rừng sâu để tìm ngài và khi gần đến nơi, họ nhìn thấy cựu vương đang ngồi thiền định dưới một gốc cây đại thọ, còn vị phi nữ của ngài đang bước trên những cánh sen để lấy nước sương mai về cúng dường chủ nhân của bà.

Họ ngạc nhiên quay về tâu với triều đình.

Sau khi nghe các sứ giả thuật lại sự việc mà họ đã chứng kiến, quần thần cùng nhân dân trong xứ liền kéo nhau đi đón cựu vương.

Nhận lời thỉnh cầu của dân chúng, nhà vua cùng người thiếp cưỡi trên mình một con bạch hổ, tay roi là một con bạch xà, rời khỏi khu rừng rậm. Tất cả mọi người nhìn thấy cảnh ấy đều không khỏi khiếp sợ.

Chào hỏi mọi người xong, nhà vua phán: "Ta đã phải mất đi địa vị cao quí chỉ vì sự kết hợp với người phụ nữ ở tầng lớp hạ tiện. Nay các ngươi yêu cầu ta trở lại ngai vàng là một điều không thích hợp. Chỉ có cái chết mới mong xoá bỏ được những thành kiến về giai cấp. Vậy các ngươi hãy hoả thiêu chúng ta."

Theo tập tục Ấn Độ, để xoá bỏ những dấu vết tội lỗi hoặc để chứng minh sự vô tội của mình, người ta đưa nạn nhân lên giàn hoả và đốt trong bảy ngày, nếu người ấy còn sống thì sẽ được thừa nhận là vô tội.

Lễ hoả thiêu nhà vua cùng người thiếp diễn ra trong suốt bảy ngày đêm.

Đến khi lửa tàn, mọi người đến gần quan sát. Họ thấy quanh thân thể của hai người dường như có một màn sương mong manh, y phục trên người của họ vẫn y nguyên không một vết cháy xém. Mọi nghi ngờ về nhà vua đều tan biến trong lòng mọi người.

Khi ấy, nhà vua trỗi dậy, bước ra khỏi đống tro tàn và gọi mọi người lại bảo: "Hỡi dân chúng mến yêu của ta. Nếu các người noi được gương tu tập của ta, thì ta sẽ ở lại trị vì các người. Nếu như các người không thể tự tu tập để tự cứu lấy bản thân mình, thì sự có mặt của ta phỏng có ích gì? Quyền lực chỉ là một chút ít lợi lộc nhỏ nhoi. Công đức tu hành mới là to lớn. Vả lại, vương quốc của ta không phải là vương quốc của quyền lực, mà là vương quốc của chân lý."

Nói xong, vua liền từ biệt.

Hành trì

Ở Ấn Độ, người ta tin rằng tiếng chuông có khả năng xua đuổi tà ma và làm thanh tịnh tâm trí. Chiếc chuông mà *Dombipa* cho dựng lên có nhiều công năng như để cảnh giác nạn đạo tặc, báo động mối nguy về thiên tai, dịch họa, hoặc xua đuổi các quỷ thần, tà ma, uế trược khi có dịch bệnh, làm thanh tịnh tâm trí và tăng trưởng thiện nghiệp.

Tiếng chuông ngân là biểu tượng của sự tỉnh giác, và khi nghe tiếng chuông ngân, tâm thức có thể dứt hết các niệm trần để thâm nhập vào cảnh giới tịch tịnh tức *không tính* (Emptines).

Ngoài ra, cuộc hôn nhân không cùng đẳng cấp là một điều cấm kỵ của xã hội thời bấy giờ, kẻ vi phạm sẽ bị mọi người khai trừ khỏi giai cấp và có khi bị trừng phạt nặng nề.

Trong Phật giáo và đặc biệt đối với *Mật tông*, khuynh hướng chống lại giai cấp không phải là sự đối kháng gay gắt nhằm lật đổ giai cấp hay cải tạo xã hội như các học thuyết khác. Vua bỏ ngôi, quan từ chức để đi tu chính là hành động từ bỏ giai cấp của mình - một cách chống đối quan điểm giai cấp.

Nhưng đối với quần chúng thời ấy, sự chống đối này không bị ghép tội vì đây là sự miễn trừ đối với thần thánh. Hơn nữa, đối với người tu hành, muốn đạt tới Phật tính thì điều căn bản là cần phải diệt hết các kiến chấp về giai cấp.

Chính vì vậy mà các hành giả *Du-già* thường chọn người bạn đời, kẻ đạo hữu của mình từ giai tầng thấp hơn trong xã hội, để trưởng dưỡng tâm vô phân biệt (*awareness of non-discrimination*).

Với các phương thức tu tập đặc biệt của *Du-già*, hành giả có thể biến dục tưởng thành trí huệ.

Đối với một hành giả *Du-già* thì người vợ tinh thần (*mystic consort*) hay đạo hữu ấy là sắc tướng của *nghiệp ấn* (*karma mudra*) để ấn chứng các giai đoạn tu tập ba nghiệp (*thân, khẩu, ý*). Người vợ tinh thần của *Dombipa* chính là hoá thân của Kim cương Bồ Tát. Pháp tu của họ là kết hợp giữa *dục lạc* (*pleasure*) và *không tính* (*emptiness*). Phương pháp này dùng để kích động luồng hoả hầu (*kundakini*) ở trung tâm tình dục (*sexual chakra*) khiến nó làm lưu thông các luân xa (yếu huyệt) trong cơ thể.

Sử liệu

Theo tài liệu của *Taranatha* thì *Dombipa* vốn là vua xứ *Tripura*, quê hương của đạo sư *Virupa*, vị thầy tế độ của *Dombi*.

Tương truyền rằng sau khi hoàn thành nhiệm vụ giáo hoá thần dân trong nước, *Dombipa* cùng vợ ngài vân du khắp nơi dùng thần thông để lợi lạc quần sanh, nhiếp phục ngoại đạo và khai ngộ cho những kẻ có cơ duyên.

Có lần ngài cưỡi cọp bay ngang qua thành *Radha* để nhiếp phục vị quốc vương xứ này. Và tại *Karmataka*, miền nam Ấn Độ, *Dombipa* đã truyền giáo pháp cho năm trăm môn đồ.

Dombipa còn được biết dưới một danh hiệu khác là *Dombi Heruka*. *Dombipa* nghĩa là chúa của *Dombi*. Và *Dombi* là tên của vợ ngài. *Heruka* là tiếng ghép giữa *Samvara* và *Hevajra*, đó cũng là pháp hiệu của một đạo sư (*Siddha*). Vì thế, *Dombi* là *Hevajra*. *Dombi Heruka* tạo lên nhiều bộ luận có liên quan đến *Tantra Mẹ*. Tác phẩm tiêu biểu nhất là *Ekavira -Saddha*.

Ngài sống vào cuối thế kỷ 8 đến đầu thế kỷ 9.

Đại sư thứ 5 - *Savaripa*

Người thợ săn

Trong khu rừng hoang vu
Một con nai ẩn náu
Con nai có tên là chán bỏ
Kéo cánh cung của phương tiện là trí tuệ
Buông chiếc tên chân lý
Con nai chết
Ừ, tư tưởng chết
Thịt xương ấy là bữa tiệc của bất nhị
Thuần một vị thanh tịnh mà thôi
Và mục đích ta đã đạt đến rồi

Truyền thuyết

Tại vùng núi *Vikrama*, có một người thợ săn tên là *Savaripa*. Ông giết hại muông thú để sống và sống để giết hại muông thú, bởi đó là nghề nghiệp không mong muốn của ông.

Bồ Tát Quán Thế Âm động lòng muốn giải thoát cho ông khỏi cái vòng luẩn quẩn ấy, bèn dùng thần thông hoá thành một người thợ săn đón ông ở giữa đường.

"Ông là ai? " Người thợ săn *Savaripa* hỏi.

"Ta cũng là thợ săn như ông."

"Ông từ đâu tới? "

"Rất xa."

"Thế với một mũi tên, ông có thể bắn hạ bao nhiêu con nai? " *Savaripa* hỏi với vẻ tự hào về tài thiện xạ của mình.

Bồ Tát đáp: "Khoảng chừng 300 con hoặc hơn nữa."

"Thế thì ta muốn xem tài của ông."

Bồ Tát nhận lời thách thức của *Savaripa*.

Sáng sớm hôm sau, y hẹn, Bồ Tát đưa *Savaripa* đến một nơi có sẵn 500 con nai do ngài dùng sức thần thông hiện ra.

Người thợ săn vừa trông thấy bầy nai, bèn đưa tay chỉ: "Kìa! Cả bầy nhiều như thế, ông có khả năng hạ được bao nhiêu con? "

"Ta sẽ hạ một lúc 500 con."

Savaripa có vẻ không hài lòng, đề nghị: "Sao ông không bắn trước 100 con thử xem? "

Bồ Tát liền bắn một mũi tên, 100 con nai cùng ngã lăn ra chết. Bồ Tát bảo *Savaripa* mang một con về nhà. Nhưng khi cúi xuống để vác một con nai, *Savaripa* vận hết sức lực vẫn không tài nào nhấc lên. Lúc ấy, lòng kiêu hãnh của y biến mất.

Trên đường về, *Savaripa* khẩn khoản xin Bồ Tát dạy cho y cách bắn cung kỳ diệu ấy. Ngài nhận lời nhưng buộc *Savaripa* phải chay tịnh trong vòng một tháng.

Nhờ vậy, hai vợ chồng *Savaripa* bớt được nghiệp sát sanh trong thời gian một tháng.

Sau thời gian ấy, Bồ Tát quay lại và bảo *Savaripa* rằng: "Nếu ông thực lòng muốn học thuật bắn cung vi diệu của ta, thì trước hết ông phải khởi lòng thương xót tất cả chúng sinh, từ bỏ rượu thịt, thì việc học mới mau chóng thành tựu."

Savaripa đồng ý ngay không một chút ngần ngừ. Thời gian ấn định trôi qua, khi Bồ Tát trở lại, *Savaripa* nồng nhiệt đón chào. Nhưng Bồ Tát chẳng đá động gì đến việc dạy dỗ.

Ngài vẽ một vòng tròn *Mạn-đà-la* rồi rải một lớp hoa tươi lên vòng ấy. Rồi Bồ Tát bảo hai vợ chồng người thợ săn: "Các ngươi thử nhìn vào xem! "

Khi nhìn vào vòng tròn kỳ diệu ấy, cả hai thấy hình ảnh của họ đang bị lửa thiêu đốt trong địa ngục. Quá kinh hoàng, họ không thốt nên lời.

"Các ngươi thấy những gì?" Bồ Tát hỏi.

"Chúng tôi thấy bản thân mình bị thiêu đốt trong địa ngục." Cuối cùng, *Savaripa* gắng gượng trả lời.

"Các ngươi có sợ không?"

"Dĩ nhiên, chúng tôi rất sợ."

"Các ngươi có muốn tránh khỏi nạn ấy không?"

"Chúng tôi rất muốn, nhưng biết phải làm sao?"

"Chính các ngươi có thể tự cứu lấy mình."

Bồ Tát liền giảng về nghiệp quả cho hai người nghe. Sau đó là thuyết về *bốn tâm vô lượng* và sáu pháp *Ba-la-mật*. Ngài nói: "Hậu quả đời sau của nghiệp giết hại là thác sinh vào địa ngục, hiện thời thường gặp nạn tai bất ngờ, thọ mạng ngắn ngủi. Nếu người từ bỏ ác nghiệp, tu tập hạnh lành, tích lũy công đức, thì không những thọ mạng lâu dài mà còn có thể tu thành quả Phật."

Nhận thấy *Savaripa* ngộ được chánh pháp, Bồ Tát liền dùng phép thần thông đưa *Savaripa* lên đến đỉnh núi *Đan-ti* để tu tập thiền định trong 12 năm.

Sau thời gian dài tu tập, *Savaripa* xuất định, xuống núi đi tìm thầy mình.

Bồ Tát hiện ra bảo: "Này, thiện nam tử! Cảnh giới *Niết-bàn* vi diệu mà ngươi đã chứng chẳng phải là cảnh giới của hàng Thanh văn, Duyên giác. Đời sống ở thế gian như lửa rơm mau cháy, chóng tàn. Vô số chúng sinh còn luẩn quẩn trong vòng vô minh. Nay ta phú chúc cho người thay ta lưu lại thế gian mà tế độ chúng hữu tình."

Savaripa vâng mệnh, quay về quê cũ tiếp tục thiền định chờ cho đến khi vị Phật đương lai hạ sinh là ngài Di Lặc ra đời để cùng ngài giáo hoá chúng sinh trong một thời kỳ mới.

Đại sư thứ 6 - *Saraha*

Đại *Bà-la-môn*

Này hiền hữu, khắc ghi tâm trí
Tuyệt đối kia vốn có sẵn đây
Cớ sao quanh quẩn suốt ngày
Tìm đâu cho thấy? Chỉ hoài công thôi!
Lời bí mật ở trên môi
Vị chân sư ấy, vì sao không cầu?
Phép rốt ráo thật nhiệm mầu
Nhận ra chân lý, tử sinh sá gì!

Truyền thuyết

*S*araha vốn là một nhà quí tộc thuộc giai cấp *Bà-la-môn* ở *Roli*, miền đông Ấn Độ. Bẩm sinh ngài đã có phép thần thông vì ngài vốn là một *Daka*, tức là con của một thánh nữ (*Dakini*).

Mặc dù được dạy dỗ theo khuôn phép của đạo *Bà-la-môn* nhưng ngài lại đi theo con đường Phật pháp. *Saraha* được các nhà sư Phật giáo mật truyền tâm pháp. Ban ngày ngài học giáo pháp của đạo *Bà-la-môn*, nhưng đêm đến ngài lại nghiên cứu Phật lý.

Tuy vậy, ngài vẫn là người hay uống rượu. Điều này vi phạm giáo luật của đạo *Bà-la-môn* nên họ kết tội ngài và thỉnh cầu nhà vua tước bỏ địa vị của ngài.

Bọn người *Bà-la-môn* tâu rằng: "Tâu đức vua anh minh! Ngài có trách nhiệm bảo vệ quốc giáo. Gã *Saraha* này, chúa của 15.000 hộ dân thành *Roli*, lại báng bổ giáo luật. Hãy trừng phạt hắn để làm gương."

Vua phán: "Trẫm không thể lưu đày một vị chúa của 15.000 hộ dân."

Sau đó, vua đích thân đến viếng *Saraha* và khuyên ngài bỏ rượu. *Saraha* không thừa nhận nên tâu với vua: "Thần không có uống rượu. Nếu bệ bạ ngờ vực, xin mời dân chúng họp lại, thần sẽ chứng minh là mình vô tội."

Khi tất cả mọi người tề tựu đông đủ, *Saraha* tuyên bố: "Ta vô tội. Nếu ta có tội thì tay ta đây bị sẽ cháy bỏng."

Nói xong, *Saraha* liền nhúng cả cánh tay vào một vạc dầu đang sôi hừng hực, nhưng tay vẫn không hề hấn gì. Thấy thế, nhà vua quay lại hỏi những người *bà-la-môn*: "Các ngươi còn cho rằng *Saraha* có tội hay không? "

Những người *bà-la-môn* chống chế: "Chính ông ta thật có uống rượu."

Lần này, *Saraha* bưng lấy một bát đồng sôi đang nấu chảy kê miệng uống ngon lành.

Những người *bà-la-môn* lại gào lên: "Chính chúng tôi chứng kiến ông ta uống rượu."

Saraha bèn thách thức bọn giáo sĩ: "Bây giờ, ta và một trong các ngươi nhảy vào bồn nước này, kẻ nào chìm là có tội."

Một người trong bọn họ tình nguyện cùng *Saraha* nhảy vào bồn, nhưng chính y bị chìm xuống tận đáy. Ngay lập tức, *Saraha* tuyên bố: "Ta vô tội nếu như lần này ta chìm xuống, ngươi nổi lên."

Thế là *Saraha* lại chìm xuống đáy nước, còn người kia nổi lên mặt nước.

Chứng kiến cảnh *Saraha* hý lộng thần thông như thế, vua bèn phán: "Nếu *Saraha* pháp lực cao cường thì cứ để cho ngài uống rượu."

Lúc ấy, mọi người lấy làm ngưỡng mộ, tiến đến vái chào *Saraha* và xin ngài truyền pháp.

Saraha ứng khẩu đọc ba bài kệ, một cho đức vua, một cho hoàng hậu và một cho tất cả mọi người.

Ít lâu sau, *Saraha* kết duyên cùng một thiếu nữ xinh đẹp ở độ tuổi trăng tròn. Ngài cùng vợ rời quê nhà đi sang một xứ khác.

Ngày ngày, *Saraha* tu tập thiền định, còn người vợ trẻ đi xin vật thực về để cúng dường cho chủ nhân của bà.

Một ngày nọ, *Saraha* ngỏ ý muốn ăn món cà-ri cải. Người vợ liền đi nấu món cà-ri này mang đến cho ngài.

Khi bà mang món ăn đến thì *Saraha* đang nhập định nên bà đặt bát cà-ri bên cạnh rồi lặng lẽ rút lui.

Saraha nhập định trong 12 năm. Khi vừa xuất định, ngài bèn lớn tiếng kêu vợ mang món cà-ri đến.

"Ngài đã nhập định suốt 12 năm, bây giờ không phải là mùa cải, lấy gì mà nấu?"

Saraha ngượng ngùng khi nghe vợ trách như thế. Ngài định bỏ đi lên núi cao để tiếp tục hành thiền. Biết thế, người vợ liền khuyên: "Núi cao, hang sâu đâu chắc đã thật là cảnh thanh tịnh. Sự thanh tịnh chân chính là từ bỏ kiến chấp của tâm hẹp hòi. Ngài nhập định suốt 12 năm, vậy mà vẫn còn bám lấy ý muốn ăn món cà-ri cải của 12 năm trước, thì cho dù lên núi cao hay vào hang sâu, phỏng có ích gì?"

Nghe vợ nói thế, *Saraha* chợt tỉnh ngộ.

Vì vậy ngài không đi nữa mà ở lại đó tiếp tục tu tập. Ngài quán xét lẽ "các pháp vốn thanh tịnh" cho đến lúc liễu ngộ hoàn toàn.

Hành trì

Saraha đã vượt lên trên cả hai phạm trù *đúng* và *sai*. Ngài chứng minh rằng tất cả các hiện tượng mà chúng ta đang cảm nhận bằng giác quan đều là hư vọng (*delusory*).

Điều ấy không ngụ ý rằng không có chân lý, không có đúng, sai, mà chỉ chứng tỏ rằng định lực của một vị đạo sư có thể hoán chuyển và kiểm soát các nguyên tố cấu thành mọi hiện tượng trong vũ trụ (*tứ đại*).

Đại sư thứ 7 - Kankaripa

Kẻ goá vợ

Ôi! Thiên nữ, Dakini của lòng ta
Nàng dung mạo mỹ miều
Mà chỉ có mắt thanh tịnh của ta
Mới đủ khả năng chiêm ngưỡng
Tướng ấy không lìa ta
Nhưng không phải thuộc về ta
Các pháp hiện tượng của một vũ trụ rỗng không
Thiên nữ ơi! Nàng chẳng có gì sánh bằng
Vì ta không đủ lời diễn tả

Truyền thuyết

*M*ột thuở nọ, tại *Magaddha* có một thanh niên thuộc giai cấp hạ tiện. Lớn lên, anh ta kết duyên cùng một thiếu nữ có nhan sắc mặn mà cũng cùng tầng lớp xã hội.

Anh ta tính tình chơn chất và cũng không phải là hạng người thiếu đạo đức. Tuy nhiên, anh ta thường không quan tâm đến cuộc sống đức hạnh và những giá trị của tâm linh. Vì thế, sau khi trải qua lạc thú của lứa đôi, anh ta có cảm giác rằng chỉ có cuộc sống thực tại mới đem lại cho anh ta những lạc thú hoàn toàn. Còn tất cả những điều khác chỉ là vô nghĩa.

Rủi thay, cho đến một ngày của định mệnh khắc nghiệt, người vợ trẻ lâm bạo bệnh và qua đời!

Đau khổ đến mất cả lý trí, anh ta ôm chặt lấy thây ma mà không chịu buông rời nửa bước.

Một nhà sư *Du-già* thấy anh ta trong tình trạng vô cùng tuyệt vọng và đau khổ ấy bèn dừng chân để hỏi duyên cớ.

"Ngài không thấy tôi đang đau đớn như bị cưa xẻ đây sao? Nàng chết đi là một mất mát to lớn, là kết thúc mọi niềm hạnh phúc, khoái lạc của đời tôi. Quả thật không ai trên đời này đau khổ bằng tôi."

Nhà sư khuyên: "Tất cả cái gì sinh ra đều phải kết thúc bằng cái chết. Có sinh thì có tử. Có tụ thời có tán. Gặp gỡ rồi phải chia ly. Trong cõi thế gian vô thường này, ai cũng phải trải qua những chặng đường đau khổ ấy. Đó là qui luật tự nhiên, cớ sao ngươi lại phải vật vã mà ôm giữ cái thây ma kia, khác nào ôm giữ một đống bùn? Cớ sao ngươi không tu tập để cho vơi bớt nỗi sầu khổ kia?"

Nghe vị sư nói, anh ta choàng tỉnh cất tiếng nài nỉ: "Xin ngài xót thương dạy cho tôi cách thoát khỏi nỗi đau khổ này."

Vị sư hoan hỷ nhận lời, khai thị cho anh ta. Kế đó, ngài dạy cho anh ta phương pháp thiền định để trừ tâm sầu não và những ý nghĩ vẩn vơ về cái chết của người thân yêu. Ngài dạy cho anh ta cách quán tưởng hình ảnh vợ mình như một Kim cương Thánh nữ (*Dakini*), một biểu tượng của *không tính* và *tịnh lạc*. Đồng thời, ngài cũng dạy cho anh ta quán các pháp vốn không có tự ngã.

Sau 6 năm tu tập, khi thấy rõ các pháp đều do duyên sinh, *Kankaripa* hốt ngộ chân lý.

Hành trì

Hư không và thanh tịnh quán là *hai-trong-một*. *Dakini* vừa là sắc tướng của một người nữ vừa là tướng của thanh tịnh thức. Vũ khúc của *Dakini* là sự chuyển động của nguyên lý âm dương. Đó là sự vận hành của các pháp thế gian.

Đại sư thứ 8 - *Minapa*
Con người xui xẻo

Người ngư phủ bám chặt vào chiếc cần câu
Trôi dạt ra biển cả của số phận
Sống sót trong bụng cá
Tu tập phép Du-già
Mà thần Siva *dạy cho* Uma
Người ngư phủ ấy là Minapa
Và sau đó trở lại đất liền
Ngay cả đá
cũng không chịu nổi bước chân của ngài

Truyền thuyết

*M*inapa vốn làm nghề chài lưới ở vùng *Bengal.* Chân sư của ngài chính là *Đại phạm thiên vương.*

Minapa thường ngày vẫn dong thuyền ra khơi đánh cá đem về chợ bán để độ thân.

Một hôm, *Minapa* vô tình dùng thịt làm mồi câu, một con kình ngư nổi lên đớp mồi làm đắm cả thuyền và nuốt trọn thân mình *Minapa* vào trong bụng. Nhưng vì số kiếp chưa hết nên *Minapa* tiếp tục sống trong bụng của nó.

Trong khi ấy, Thánh nữ *Umadevi* là vợ của *Đại phạm thiên* (*Mahadeva*) cầu xin chồng bà truyền cho pháp thuật. *Đại phạm thiên* không muốn truyền pháp bí mật ở những nơi mà người khác có thể lén nghe, bèn bảo với *Umadevi* cùng đi xuống đáy biển sâu.

Lúc bấy giờ, con thủy quái chứa *Minapa* trong bụng lại nằm nghỉ gần nơi *Đại phạm thiên* đang truyền pháp cho *Umadevi*.

Vì nữ thần này ngủ gục trong khi *Đại phạm thiên* giảng pháp, nên chính *Minapa* lại là người học được trọn vẹn pháp thuật của *Thiên vương*.

Đến khi *Đại phạm thiên vương* ngừng nói pháp thì *Umadevi* tỉnh giấc, lại bảo: "Ngài nói tiếp đi."

"Nhưng ta vừa mới nói xong. Vậy thì từ nãy giờ ai đã đối dáp cùng ta?" *Đại phạm thiên* nói với vẻ ngạc nhiên.

Ngài liền dùng thiên nhãn xem khắp, chợt thấy *Minapa* đang ở trong bụng con thủy quái nằm gần đó, bèn nghĩ thầm: "Chính người này mới thực sự là môn đồ của ta."

Được cơ may hiếm có, *Minapa* thiền định suốt 12 năm trong bụng con thủy quái.

Về sau, ngư dân trong vùng bắt được con thủy quái và mổ bụng nó vì tưởng có châu báu. Nhờ thế, *Minapa* thoát ra được.

Mọi người chứng kiến cảnh *Minapa* chui ra từ bụng cá đều kinh hãi. Ai cũng sửng sốt khi nghe tên vị vua dưới thời *Minapa* chưa bị nạn, mới biết ngài ở trong bụng cá được 12 năm.

Vì vậy họ gọi ngài là *Thầy Cá* và tất cả đều đảnh lễ cúng dường vật thực cho ngài.

Vui mừng về sự thành tựu ấy, *Minapa* nhảy nhót khiến

chân ngài lún sâu vào mặt đất đá y như người ta cho chân xuống bùn.

Tương truyền, ngài thọ đến 500 năm.

Hành trì

Con cá khổng lồ trong truyện là biểu trưng của đời sống tinh thần. Bị cá ấy nuốt vào bụng mà không chết là do công đức đời trước của *Minapa*.

Khác với các vị *Du-già* kia, *Minapa* không tự nguyện mà là tình cờ một cách may mắn học được pháp thuật. Sự may mắn sau cùng là sau 12 năm thiền định dưới nước, *Minapa* được về lại đất liền. Ở đây, ý nói *Minapa* không bị tù đày, trói buộc trong pháp môn tu tập mà vượt thoát ra ngoài, không chấp vào pháp tu của mình.

Đối với một hành giả *Mật tông* (*tantrika*), cá tượng trưng cho sự giải thoát vì nó tự do bơi lội không cần phải nỗ lực, không cần phải ngủ nghỉ và không bị ướt (ái nhiễm, tỉnh giác).

Sử liệu

Minapa còn gọi là *Macchendra* hay *Mina*. Ngài vốn là bậc *Đệ nhất chân sư* (*Adi Guri*) của giáo phái *Sakta* tức dòng tu *Yogini Kaula* hay còn gọi là *Siddhamarta*.

Kinh *Kaulajrana Nimaya* có ghi phần giáo pháp mà *Đại phạm thiên* truyền cho *Umadevi*.

Cũng có tương truyền rằng *Minapa* đã nhặt được kinh này ngoài biển, vì con trai của thần *Siva* hoá chuột đánh cắp kinh này, sau đó ném ra biển. Cho nên mới có sự tích *Minapa* học được pháp thuật này ở *Nepal*. Người ta còn cho rằng chính Bồ Tát Quán Thế Âm dạy cho thần *Siva* môn

Du-già, và *Minapa* vô tình học được khi thần *Siva* truyền lại pháp này cho *Parvatte* tức *Umadevi*.

Cũng có thuyết nói rằng khi nạn đói kém vì thiên tai hạn hán xảy ra ở *Nepal* thì chỉ có *Minapa* mới đủ khả năng cầu đảo. Vua *Narendradeva* đã sai sứ giả đến tìm. Ngài *Minapa* nhận lời và bảo sứ giả về trước, còn ngài hoá thân thành một con ong nghệ xuất hiện bay quanh chỗ vua. Nhà vua vừa đưa tay tóm bắt thì trời đổ mưa.

Cảm động công đức ấy, vua cho vẽ chân dung của ngài để thờ phụng khắp nơi như một vị thần thủ hộ của xứ *Nepal*.

Ngày nay, người ta còn thấy tại một trong những ngôi đền chính của thủ đô *Kathmandu* có tượng thờ ngài *Minapa*.

Đại sư thứ 9 - *Goraksa*
Kẻ chăn bò bất tử

Cho dù sinh ra ở giai cấp nào
Ngươi cũng có cơ hội đi tới giải thoát rốt ráo
Mà không có chướng ngại nào
có thể ngăn lối ngươi đi
Ta! Goraksa *cũng chộp lấy cơ hội ấy*
Ta gieo hạt giống giác ngộ
Bằng cách phục vụ cho Caurangi một cách vô tư
Và Acinta *đã ban cho ta*
những giọt rượu trường sinh
Goraksa *đã chứng đắc*
Riêng ta đứng nơi đây
Uy nghiêm như một vị vua của ba cõi

Truyền thuyết

*G*oraksa sinh ra trong một gia đình tiểu thương dưới đời vua *Devapala*. Thuở thiếu niên, ông đã chăn trâu để giúp gia đình.

Một hôm theo lệ thường, *Goraksa* đang cùng lũ mục đồng nô đùa thì đại sư *Minapa* đến chỗ bọn trẻ. Ngài nói: "Này các cháu, các cháu có nhìn thấy lũ kên kên bay lượn quanh đây không? Gần đây có một hoàng tử gặp nạn. Ngài bị chặt lìa chân tay và đang nằm chờ chết. Có cháu nào giúp ta đến cứu mạng hoàng tử không?"

Nghe nhà sư nói, *Goraksa* đáp ngay: "Cháu thấy ạ! Nhưng trong khi cháu đi cứu ông hoàng, xin ông giúp cháu trông chừng đàn trâu."

Thế là, *Minapa* canh bầy trâu, còn *Goraksa* đi tìm hoàng tử gặp nạn. Theo hướng bay lượn của bầy kên kên, *Goraksa* tìm thấy một hoàng tử đang nằm ngất bên thân một cây to.

Goraksa quay lại báo với nhà sư: "Quả nhiên đúng như lời ông nói."

Sư hỏi: "Thế con đã làm gì?"

"Thưa ông, con đã cho hoàng tử phân nửa phần thức ăn mà con mang theo."

"Tốt lắm! Vậy con hãy chăm sóc hoàng tử cho đến khi ngài lành bệnh nhé! "

Nói xong, nhà sư từ biệt.

Cậu bé vâng lời, đi chặt những cành lá to để dựng lều cỏ rồi vực hoàng tử vào bên trong.

Ngày ngày *Goraksa* mang thức ăn đến cung phụng, lại còn tắm rửa cho ngài một cách chu đáo. *Goraksa* phục vụ và an ủi vị hoàng tử trong 12 năm.

Bấy giờ, *Goraksa* đã trở thành một chàng thanh niên cao lớn.

Một ngày nọ, theo thường lệ, *Goraksa* đến chỗ ông hoàng, cậu ngạc nhiên đến sững sờ khi thấy vị hoàng tử này đang đứng thẳng trên đôi chân.

Trong giây lát, *Goraksa* hiểu ra rằng lâu nay vị hoàng tử đã tu tập phép *Du-già* của sư *Minapa* truyền cho. Nay việc hành trì đã đem lại kết quả nên tứ chi của hoàng tử lành lại như cũ.

Đoạn, ông hoàng vận thần thông bay lượn giữa không trung và hỏi vọng xuống: "Ngươi có muốn học phép thiền định của ta không?"

Goraksa đáp: "Tôi không cần phải học với ngài. Tôi cũng

có một chân sư. Chính thầy tôi sai tôi chăm sóc, nuôi dưỡng ngài bấy lâu nay."

Nói xong, *Goraksa* quay đi chăn trâu và chờ sư *Minapa* đến. Chẳng bao lâu thì sư *Minapa* lại xuất hiện, *Goraksa* thuật lại sự việc, sư lấy làm hài lòng. Ngài điểm đạo cho chàng và truyền cho pháp thuật.

Goraksa y pháp tu hành mãi cho đến khi thấy có hiện tượng sở đắc, ngài bèn đi tìm *Minapa*.

Nhưng sư lại bảo *Goraksa* sẽ không thể đại triệt đại ngộ nếu ông không hoá độ được vô số chúng sanh thoát khỏi luân hồi.

Goraksa lại bắt đầu vân du khắp nơi để hoằng pháp độ sinh. Nhưng *Đại phạm thiên vương* hiện ra khuyên rằng: "Ngài chỉ nên truyền pháp cho những kẻ chí tâm cầu đạo, chớ có trao pháp cho kẻ thiếu tín tâm và những kẻ ngu độn."

Nghe vậy, từ đó *Goraksa* chỉ truyền pháp cho những ai hội đủ các duyên và căn cơ khế hợp với giáo pháp của ngài.

Hành trì

Các hành giả *Du-già* thuộc giáo phái *Nath* tu tập môn *Hatha-yoga*, một lối tu khổ hạnh. Họ tìm cách chặn đứng ý thức và nghiệp gây ra từ sự hoạt động của tứ chi, tập trung mọi năng lực vào các *luân xa* (*chakra*) hoặc vào *cửu khiếu* (*nine bodily orfius*).

Công phu lâu ngày, họ có thể bẻ gập các khớp xương để xếp sát vào thân như bị chặt tay chân, giống như con rùa rút vào trong cái mai của nó.

Đại sư thứ 10 - *Caurangipa*

Đứa trẻ lạc loài

Từ thuở hoang sơ khi chưa có sự bắt đầu
Những cái rễ của cây vô danh
Được vun tưới bằng những cơn mưa
Của thói quen vọng tưởng
Chúng lớn mạnh thành những nhánh vô minh
Hôm nay ta đốn cây vô minh ấy
Bằng chiếc rìu giáo pháp của chân sư
Bạn ơi! Hãy nghĩ suy, cân nhắc mà tu tập

Truyền thuyết

Sư *Caurangipa* nguyên là hoàng tử con vua *Devapala*. Khi ngài được 12 tuổi thì hoàng hậu qua đời vì một chứng bệnh nan y.

Trước khi nhắm mắt lìa đời, bà gọi ngài đến để trối trăng: "Này con, tất cả niềm vui hay nỗi buồn đều có căn nguyên. Mỗi mỗi đều lưu xuất từ các nghiệp thiện ác. Con hãy nhớ lời mẹ dạy, cho dù phải gặp nguy nan, con chớ có làm những điều xấu ác."

Nói xong bà trút hơi thở cuối cùng.

Sau lễ an táng hoàng hậu, triều đình thúc dục vua lập hoàng hậu khác theo tục lệ *bà-la-môn*. Nhà vua vẫn còn thương tiếc người vợ yêu nên ít hôm sau ngày tái giá, nhà vua đi vào rừng sâu để xua đuổi nỗi buồn trong lòng.

Một ngày kia, sau khi nhà vua rời cung thành, bà hoàng hậu mới trèo lên mái cung điện để ngắm cảnh. Trong tầm mắt bà hiện ra hình bóng của một thanh niên khôi ngô tuấn tú. Đó là hoàng tử *Caurangipa*.

Bà hoàng lập tức say mê hình ảnh người con trai của chồng. Bà lệnh cho hoàng tử vào hầu nhưng ngài từ chối. Điều này khiến bà tức giận điên cuồng, bèn nghĩ đến chuyện trả thù: "Hắn đã khinh thường ta. Hắn là kẻ thù của ta. Ta cần phải loại trừ hắn."

Bà liền ra lệnh cho lính canh ám sát hoàng tử. Họ không đồng tình với bà: "Tâu lệnh bà! Hoàng tử không đáng tội chết. Ngài vô tư như trẻ con. Chúng tôi không thể ra tay sát hại trẻ con."

Vì vậy, bà hoàng nghĩ ra một mưu kế.

Cho đến một hôm, nhà vua trở lại cung điện. Ngài bắt gặp vợ mình trần truồng, áo quần tơi tả và thân thể đầy những vết cào xước.

Vua kêu lên: "Chuyện gì đã xảy ra với nàng?"

Hoàng hậu khóc lóc: "Hoàng tử đã lợi dụng lúc đại vương đi vắng để làm nhục thiếp."

Nghe qua, nhà vua nổi cơn thịnh nộ: "Nếu vậy, nó phải chết để đền tội."

Nhà vua lập tức ra lệnh cho thị vệ mang hoàng tử vào rừng chặt bỏ tay chân để trừng phạt. Nhưng những người thị vệ ấy vốn kính trọng và thương yêu hoàng tử, bèn nghĩ cách cứu chàng. Họ quyết định hy sinh một trong những đứa con của họ. Nhưng khi họ đề nghị cách này với hoàng tử thì ngài quyết liệt từ chối: "Không thể như thế được. Ta đã hứa với mẫu hậu dù nguy biến đến đâu ta cũng không làm điều xấu ác. Các ngươi phải thi hành mệnh lệnh của phụ vương."

Thấy chàng quá cương quyết, họ bèn mang chàng vào rừng chặt bỏ tay chân đem về trình đức vua.

Ngay lúc ấy sư *Minapa* xuất hiện hỏi han. Hoàng tử đem nỗi oan tình kể cho nhà sư nghe. Ngài thương xót chàng nên đem pháp thuật truyền cho phương pháp thở bụng. Sư nói: "Nếu con cố gắng tu luyện, không bao lâu tay chân của con sẽ trở lại đầy đủ.

Kế đó, nhà sư tìm đến chỗ bọn trẻ chăn trâu nhờ chúng chăm sóc hoàng tử (một đứa trong bọn trẻ ấy là sư *Goraksa* trong truyện trước).

Y theo pháp, hoàng tử tu tập thiền định suốt 12 năm.

Vào một đêm tối, có đám thương nhân đi gần đến chỗ hoàng tử trú ngụ. Để tránh sự dòm ngó của kẻ cướp, họ đem vàng bạc châu báu chôn giấu trong rừng rồi mới ngủ nghỉ.

Tình cờ họ đi ngang qua chỗ của hoàng tử, chàng nghe tiếng chân đi bèn lên tiếng hỏi: "Ai đó vậy?"

Bọn thương nhân nghe tiếng kêu lớn, ngại rằng gặp phải kẻ cướp, bèn đồng thanh trả lời: "Vâng! Chúng tôi là dân làm than, đốn củi."

"Than à! " Hoàng tử nói.

Bọn thương nhân quay lại chỗ nghỉ của họ, nhưng khi đào lấy của cải cất giấu dưới đất thì thấy tất cả chỉ toàn là than và than.

Cả bọn kinh sợ, hỏi nhau: "Cớ sao lại thế này?"

Một người có vẻ thông thái nhất trong bọn đoán rằng: "Khi nãy có người kêu hỏi bọn ta. Chắc chắn đó là một bậc thánh nên mỗi lời nói ra đều có khả năng biến thành hiện thực. Tốt nhất, chúng ta nên đến chỗ ấy xem thử."

Họ dò dẫm từng bước chân trong đêm tối dưới ngọn đuốc bập bùng để đến chỗ hoàng tử. Khi đến nơi, họ nhìn thấy một thân người không có tay chân, đang tựa vào một gốc cây to.

Bọn họ kể cho hoàng tử nghe chuyện lạ và khẩn cầu ngài thu lại pháp thuật. *Caurangipa* bảo với họ: "Ta thực tình không biết điều ấy. Nếu quả thực như thế xin than trở lại thành vàng bạc như cũ.”

Bọn thương nhân quay về lại thấy vàng bạc như cũ, họ vui mừng nhảy nhót. Sau đó, cả bọn quay lại cúng dường cho *Caurangipa* và tôn thờ ngài như một bậc thánh.

Qua sự kiện này, *Caurangipa* nhớ lại lời thầy. Ngài chú nguyện cho tay chân lành lại như cũ. Lập tức điều lạ xảy ra.

Và buổi sáng hôm sau, *Goraksa* chứng kiến sự bình phục của ngài.

Sau khi đắc pháp, ngài nói: “Nếu đất là mẹ của muôn loài thảo mộc, thì hư không là chất làm nên tứ chi của ta.”

Đoạn ngài bay lượn giữa hư không.

Tương truyền rằng Đại sư *Caurangipa* là một nhà sư khó tính và không hề truyền pháp cho ai, nhưng người ta nói rằng cây đại thụ chứng kiến sự tu hành giác ngộ của ngài vẫn còn sống đến hôm nay.

Hành trì

Hư không và vũ trụ là *hai-trong-một*. Đó là một khía cạnh của Pháp thân (*Dharmakaya*), một thuật ngữ để chỉ *trí vô phân biệt*. *Dharmakaya* còn là một sự hợp nhất giữa vũ trụ và ánh sáng tâm linh.

Bằng pháp thở bụng, *Caurangipa* đột nhiên nếm được vị chung của các pháp. Đó là *không - giải thoát*. Ngài đã thể nhập vào cảnh giới *hư vô không tịch* bằng chính *pháp thân thanh tịnh*.

Một đạo sư *Mật tông* có khả năng biến hoá hình tướng của đối tượng mà ngài thâm nhập. Phép tu căn bản ấy của *Caurangipa* là quán một thân người với đầy đủ tứ chi, cái thân biến hoá của *Caurangipa* chính là pháp thân.

Thân ấy không thể hư hoại được, vì đó là tướng của trí huệ và thanh tịnh thức. Tướng này (*Pháp thân*) bất khả phân ly với các tướng từ tâm của hành giả. Sắc thân ấy được hình thành bằng ý tâm hay *niệm tưởng* (*mental concept*).

Cảnh giới bên ngoài chỉ là ảnh chiếu của tâm. Hư không dung chứa tất cả các pháp, vì vậy một khi tâm tương ứng với hư không thì các pháp chịu sự chi phối của tâm hành giả.

Âm thanh và *độ rung* là phần chung của tưởng và sắc (The plane of sound and vibration is the interface between thought and appearances). Vì vậy, chơn ngôn là âm thanh vi diệu rốt ráo tạo nên cái không gian ba chiều.

Một hành giả *Du-già* chứng đắc không thể nói dối, vì ngay một niệm mống khởi trong tâm của ngài đều tự nhiên biến thành hiện thực.

Nói rõ hơn, thế giới này được tạo nên bởi vọng tưởng của tất cả chúng sanh, mà trí lực của một hành giả tu chứng chỉ có khả năng biến đổi một phần trong tổng thể vọng tưởng ấy.

Vì lý do đó mà chư Phật, Bồ Tát phát nguyện cứu độ tất cả chúng sanh.

Đại sư thứ 11 - *Vinapa*

Nhạc sĩ

Từ thuở hoang sơ khi chưa có sự bắt đầu
Những cái rễ của cây vô danh
Được vun tưới bằng những cơn mưa
Của thói quen vọng tưởng
Chúng lớn mạnh thành những nhánh vô minh
Hôm nay ta đốn cây vô minh ấy
Bằng chiếc rìu giáo pháp của chân sư
Bạn ơi! Hãy nghĩ suy, cân nhắc mà tu tập

Truyền thuyết

*V*inapa vốn là hoàng tử con vua xứ *Gauda*. Đạo sư của ngài là *Buddhapa*. Là con duy nhất, nên *Vinapa* rất được cha mẹ cưng chiều. Thuở nhỏ, *Vinapa* đã tỏ ra say mê âm nhạc và rất có năng khiếu về bộ môn nghệ thuật này. Ngài chơi đàn *vina* rất thành thạo và đam mê đến nỗi không còn quan tâm đến việc học hành.

Triều đình cùng hoàng tộc lấy làm lo lắng cho cơ đồ của giang sơn xã tắc, vì *Vinapa* là người sẽ kế vị ngai vàng. Ngài cần phải học cách cai trị thần dân hơn là trở nên một nhạc sĩ.

Để giải quyết chuyện này, nhà vua mời đạo sư *Buddhapa* pháp thuật cao cường, tài trí vô song đến để chữa trị chứng say mê âm nhạc của hoàng tử.

Quả nhiên, phong cách và đạo hạnh của vị thánh tăng này làm cho hoàng tử có phần lung lạc. Sau một thời gian gần gũi, tiếp xúc với hoàng tử, đại sư thấy đã đến lúc hoá độ cho *Vinapa*, bèn gợi ý về chuyện tu tập. Hoàng tử đáp: "Thầy nói rất đúng. Nhưng đối với ta, âm nhạc là thiền định. Vả lại ta rất bận học chơi đàn *vina*, ta lại còn mê âm thanh của đàn *tambura* nữa. Nếu thiền định của nhà Phật vi diệu thì cần gì buộc ta phải từ bỏ âm nhạc?"

Đại sư nói: "Ta sẽ dạy con thiền định bằng âm nhạc. Con không cần phải từ bỏ âm nhạc mà sẽ dùng âm nhạc như một phương tiện để để thiền định."

Hoàng tử nghe thế liền hoan hỷ nhận lời.

Sư bèn điểm đạo và khai tâm cho hoàng tử. Ngài dạy cho hoàng tử cách chú tâm vào tiếng đàn. Dừng lại tất cả sự can thiệp của tâm tưởng vào âm thanh. Chấm dứt tạp niệm để chú tâm thưởng thức âm thanh thanh tịnh.

Hoàng tử tuân theo giáo pháp, tu luyện trong 9 năm thì dứt được vô minh, tâm trí trở nên thanh tịnh. Ánh sáng bùng lên trong tâm ngài như một ngọn đèn. Chính lúc ấy hoàng tử đắc *Đại thủ ấn* và các thần thông tự nhiên hiển lộ.

Hành trì

Vina là một loại nhạc cụ có 7 dây, thùng đàn làm bằng quả bầu khô, phía cuối cần đàn lại gắn một quả bầu thứ hai để khảy lên âm thanh phát ra lớn và vang lâu. Còn *tambura* là nhạc cụ có 4 dây dùng để đàn đệm theo đàn *vina*. Trong cổ nhạc Ấn Độ, người ta quan niệm rằng âm thanh trầm bổng của đàn *tambura* chính là âm thanh của vũ trụ. Đó là âm *om*. Tiếng đàn *vina* là giọng *âm* và tiếng đàn *tambura* là giọng *dương*.

Sự kết hợp âm thanh của hai nhạc cụ này hàm chứa tất cả âm thanh trong vũ trụ.

Tất cả âm thanh của vũ trụ hợp lại thành âm *sabda*, tức âm chỏi với âm *nada* được phát ra từ thanh quản. Ở Tây Tạng không có sự phân biệt như thế, vì âm *sgra* trong Tạng ngữ bao hàm cả hai nguyên lý này.

Đại sư thứ 12 - *Santipa*
Nhà truyền giáo

Từ thuở hoang sơ khi chưa có sự bắt đầu
Những cái rễ của cây vô danh
Được vun tưới bằng những cơn mưa
Của thói quen vọng tưởng
Chúng lớn mạnh thành những nhánh vô minh
Hôm nay ta đốn cây vô minh ấy
Bằng chiếc rìu giáo pháp của chân sư
Bạn ơi! Hãy nghĩ suy, cân nhắc mà tu tập

Truyền thuyết

Sư *Santipa* còn được gọi là *Ratnakasanti*, vốn là một vị giáo thọ nổi tiếng uyên bác về *Ngũ minh môn* (five arts and sciences) thuộc Tu viện *Vikramasila* ở xứ *Magadha*.

Thuở ấy, *Sri Lanka* (Tích Lan) nằm dưới quyền trị vì của vua *Kapina*, một bậc minh vương có đầy đủ phẩm hạnh và công đức.

Nhà vua từng nghe nói đến pháp vi diệu của Phật và

tiếng tăm lừng lẫy của đại sư *Santipa*, nhưng đạo Phật lúc bấy giờ chưa được truyền sang nước ngài.

Ngưỡng mộ đạo hạnh của sư, vua sai sứ mang vô số vật thực đến cúng dường cho tu viện, đồng thời gửi một điệp văn cho sư, đại ý như sau: "Trẫm và dân chúng trong nước lâu nay ngưỡng mộ oai đức của đại sư. Nay cúi xin đại sư rủ lòng bi mẫn chiếu soi đèn pháp vào bóng tối vô minh, dội cơn mưa pháp dập tắt lửa tham, bẻ gãy gươm sân mà cứu vớt chúng sinh ngu muội. Trẫm ngày đêm mong đợi được kề cận thánh tăng, như con đỏ mong mẹ hiền. Cúi mong đại sư một lần dời bước đến tệ quốc cho thoả lòng quy ngưỡng."

Chấp nhận lời thỉnh cầu của quốc vương *Sri Lanka*, sư và một tăng đoàn gồm 2.000 vị *tỳ-kheo* mang theo Tam tạng kinh điển khởi hành đến *Sri Lanka*.

Đoàn người đi qua các vùng *Nalanda*, *Odantapuri*, *Rajagrha*, *Vajrasaha* (tức *Bồ-đề đạo tràng*) và cuối cùng đến vùng biển thuộc *Sri Lanka*.

Nhà vua cùng triều đình và toàn thể dân chúng vui mừng ra đón tiếp tăng đoàn. Họ cúng dường đầy đủ tất cả vật dụng cần thiết để chư tăng có thể lưu lại trong thời gian ba năm để truyền bá giáo pháp Đại thừa.

Sau ba năm giáo hoá, sư cùng đại chúng quay về cố hương. Chuyến trở về lại theo một lộ trình khác, dài hơn, băng ngang qua nhiều xứ, nên khi về đến tu viện thì sư *Santipa* đã già yếu. Các môn đồ phải di chuyển ngài bằng xe bò.

Khi được 100 tuổi, sư nhập thất để thiền định trong 12 năm. Cũng trong khoảng 12 năm ấy, môn đồ của ngài là *Kotapila* cũng nhập thất tu luyện.

Trong Tam tạng kinh điển chia làm *kinh*, *luật* và *luận* thì *Santipa* uyên bác về *luận*.

Trong thiền quán, ngài dùng trí phân biệt để quán sát các pháp. Trái lại, môn đồ của ngài là *Kotapila* lại dùng trí vô phân biệt để quán sát các pháp.

Kotapila tu tập 12 năm thì chứng ngộ. Khi ngài đắc *Đại thủ ấn* (*Mahamuddra*) thì chư thiên hiện ra chung quanh rưới mưa hoa ca tụng công đức của ngài. Các thiên vương khẩn cầu ngài cai quản cõi trời *Ba mươi ba* nhưng ngài từ chối.

Ngài bảo chư thiên: "Nay ta vào được đạo tràng của chư Phật là nhờ oai đức dạy dỗ của chân sư. Ta cần phải vấn an thầy ta trước hết. Bởi trong kinh nói rằng chân sư là Phật, chân sư là Pháp, chân sư là *Tăng-già*, chân sư là Tam bảo."

Nói xong, sư dùng hoá thân đi đến *Magadha* trong thời gian nhanh như khảy móng tay.

Đến nơi, ngài đảnh lễ thầy mình và chào hỏi các đạo hữu nhưng không ai đáp lời vì họ không thể nhìn thấy pháp thân vô tướng của ngài.

Cuối cùng *Kotapila* phải hiện nguyên hình để đảnh lễ đại sư *Santipa*. Sư lấy làm lạ, hỏi: "Ngươi là ai?"

"Đệ tử vốn là môn đồ của ngài."

"Ta có vô số môn đồ, làm sao nhớ hết."

Kotapila bèn thuật lại tự sự. Sư nhớ ra lấy làm hoan hỷ. Thầy trò hàn huyên tâm đắc. Đoạn, sư hỏi: "Kết quả tu tập bấy lâu của ngươi ra sao?"

"Bạch thầy! Đệ tử thấy các pháp vốn do duyên sinh, không có tự tánh, không dơ, không sạch, nên vào được cảnh giới của *Đại thủ ấn*."

Sư ngửa mặt than rằng: "Ấy là ta dạy ngươi! Tiếc thay, ta chưa hề thân chứng cảnh giới ấy. Nay ngươi hãy vì ta mà nói lại pháp tu tập kẻo ta quên đi mất."

Vâng mệnh thầy, *Kotapila* nói lại những gì mà sư *Santipa* trước đây đã dạy ngài.

Sau đó đại sư *Santipa* thiền định thêm 12 năm nữa thì chứng đắc.

Hành trì

Truyền thuyết này nêu lên một sự phê phán nghiêm túc về sự nghiệp tu hành của một bậc giáo thọ. Nó nhằm chỉ trích tất cả những nỗ lực tu học có tính chất kinh viện, lối tu lan man, phương pháp thiếu thực tiễn, lòng tự mãn và thiếu quan tâm đến môn đệ của một bậc thầy.

Tuy nhiên, nó khẳng định một chân lý mới. Một bậc thầy không nhất thiết phải ngộ hay thân chứng mới có thể truyền pháp cho môn đồ. Bởi vì một bác sĩ đâu cần phải mắc một căn bệnh nào đó rồi mới có thể rút kinh nghiệm để chữa trị cho người bệnh?

Cũng thế, các nhà khoa học không cần phải đích thân bay lên vũ trụ xem xét để vẽ đường bay cho các con tàu vũ trụ.

Đại sư thứ 13 - Tantipa
Người thợ dệt già

Người thợ dệt từng khung vải
Ta dệt bằng giáo pháp của chân sư
Ta dệt những tao dây của tri kiến
Sợi là sự rỗng không của năm tịnh thức
Thoi là giáo pháp của chân sư
Khung cửi là trí tuệ Bát nhã
Vải pháp giới kia đã dệt xong
Sản phẩm của hư không cùng tri kiến

Truyền thuyết

Tại *Sendhonagar* có một người thợ dệt suốt đời lao động cực nhọc, chắt chiu tiền bạc để gầy dựng sự nghiệp. Kết quả là ông ta trở thành một trong những người giàu có trong làng thợ.

Khi ông được 90 tuổi thì người vợ qua đời, và vì già yếu ông không còn lao động được nên các con phải nuôi dưỡng và chăm sóc ông hằng ngày.

Nhưng chẳng bao lâu, sự già nua lẩm cẩm của ông khiến cho các nàng dâu lấy làm khó chịu. Họ cho rằng sự có mặt của ông cụ là điều phiền nhiễu mỗi khi có khách sang trọng đến viếng.

Vì thế, họ cùng nhau dựng một túp lều trong ngôi vườn rồi đưa ông cụ ra sống ở đấy, hằng ngày đem cơm nước đến.

Cho đến một ngày nọ, sư *Jalandra* tình cờ du hoá sang miền *Sendhonagar*. Ngài dừng chân trước ngôi nhà người thợ dệt xin thức ăn.

Con trai của người thợ dệt nhận lời nhưng bảo sư chờ vì cơm còn đang nấu. Khi cơm chín, người con thỉnh sư vào trong để dùng bữa.

Sau đó, anh ta mời sư nghỉ chân qua đêm nhưng sư bảo không quen nằm giường cao chiếu rộng. Vì thế, họ đưa Sư ra vườn để nghỉ ngơi.

Nghe tiếng động lạ, người thợ dệt già cất giọng hỏi: "Ai đấy?"

"Bần tăng là kẻ qua đường, tạm dừng chân đêm nay. Chẳng hay cụ là ai?"

"Trước đây tôi từng là chủ nhân ngôi nhà này, quán xuyến mọi việc làm ăn buôn bán. Nay tuổi già sức yếu không thể lao động được nữa, nên các con tôi đối xử tệ bạc với tôi. Thật là tủi nhục. Chúng sợ người khác thấy cái già nua, lẩm cẩm, hom hem của tôi nên đem tôi giấu ở nơi này. Cuộc sống sao mà giả dối!"

Đại sư nói: "Tất cả những gì chúng ta đóng góp cho cuộc sống này chỉ là những vai diễn trong vở kịch đã qua. Còn sống là còn phải nếm mùi cay đắng, đau khổ. Chỉ có *Niết-bàn* là cõi tịnh lạc. Cụ có muốn chuẩn bị cho mình một cái chết thanh thản không?"

Người thợ dệt già đáp: "Thưa vâng."

Sư điểm đạo và truyền pháp thiền cho cụ, rồi ra đi.

Người thợ dệt già bắt đầu hành trì giáo pháp được trao. Mặc dù hoàn cảnh sống của cụ không có gì tiến bộ hơn trước nhưng chỉ có một điều là cụ không còn than vãn về con cháu nữa.

Sau 12 năm tu tập trong sự câm lặng, ông cụ đắc được các pháp thần thông. Sự tu tập thành công của cụ vẫn chưa bị khám phá, cho đến một ngày, khi nàng dâu mang cơm nước đến sớm hơn thường lệ.

Đứng bên ngoài túp lều, nhìn vào bên trong, người con dâu trông thấy một cảnh lạ thường. Có mười lăm thiếu nữ mặc y phục xinh đẹp, tay cầm những đĩa thức ăn đầy cao lương mỹ vị đứng vây quanh một ngọn đèn lớn đang tỏa sáng rực rỡ. Y phục và trang sức của các thiếu nữ đẹp đẽ, sang trọng như không hề có ở thế gian!

Nàng dâu lấy làm lạ lùng chạy ngay về báo lại với chồng. Người con trai vội vã đến chỗ cha thì thấy cụ già đang hấp hối. Nghe chuyện lạ, mọi người đến xem, họ bảo nhau: "Người thường không có khả năng làm những việc như thế. Lão già này chắc chắn là tôi tớ của quỷ dữ."

Sáng hôm sau, dân chúng thành *Sendhonagar* nghe được tin đồn, họ rủ nhau đến xem, vài người trong bọn cung kính vái chào.

Khi ấy thân thể ông già biến thành dáng một thiếu niên 16 tuổi, từ đó chiếu ra một thứ ánh sáng rạng rỡ, chói loà khiến mọi người đang hiện diện phải lấy tay che mắt. Cảnh giới chung quanh trở nên hoàn toàn thanh tịnh trang nghiêm.

Kể từ đó, người thợ dệt già được tôn vinh là Đạo Sư *Tantipa*.

Hành trì

Ban đầu, sư *Jalandra* chỉ dạy cho *Tantipa* phương pháp tu luyện để đón một cái chết an lạc, nhưng sau đó nhờ công tu tập *Tantipa* đã đổi già hoá trẻ.

Theo đây, có lẽ *Tantipa* đã quán tưởng thân tướng của *Kim cương Thánh nữ* (*Vajvayoginī*) ngự trị trong tâm ông, nên khi thành tựu pháp này, 15 quyến thuộc của *Dakini* đã hiện ra để cúng dường *Tantipa*.

Một hành giả *Mật tông* khi đắc pháp, thân phàm phu hoá thành linh quang, vì lúc ấy chính là lúc thâm nhập vào

Pháp giới (*Dharmakaya*) Một sự hoà nhập giữ hư không và ánh sáng.

Vào giờ phút lâm chung, hay còn gọi là giai đoạn cận tử, khi ánh sáng xuất hiện ở cuối đường hầm thì tùy nghiệp lực mà thức bị cuốn hút vào một trong các cõi. Sự chọn lựa cảnh giới để tái sinh của hành giả được quyết định ngay lúc này.

Tùy mức độ hành trì, thức tâm phân hủy thành ánh sáng để hội nhập vào ánh sáng của cảnh giới nghiệp.

Sử liệu

Trong một truyền thuyết khác nói rằng *Tantipa* là thợ dệt ở thành *Arati* thuộc xứ *Malara*.

Sư thọ pháp Quán đảnh (*Abhiseka*) từ *Kim cương thánh nữ* khi vị Bồ Tát này đặt tay lên đỉnh đầu ông.[1]

Sau khi đắc thần thông, *Tantipa* vẫn tiếp tục làm nghề thợ dệt như cũ, nhưng luôn miệng ca hát vui tươi, mãi cho đến khi gặp được sư *Krsnacarya* truyền cho pháp môn *Bất nhị* (*Non-discrimination*). Đó là phương pháp ăn phân cũng thấy ngon như ăn bánh mì với bơ và ăn thịt người như ăn thịt sói.

Cũng có truyền thuyết nói rằng chính Đại sư *Tantipa* đã thành công trong việc hủy bỏ lệ tế thịt sống cho nữ thần *Durga* bằng cách biến hàng ngàn con dê dùng trong lễ tế thành những con linh cẩu. Điều này khiến những kẻ tà kiến hoảng sợ đâm ra nghi ngờ pháp lực của vị nữ thần này. Ngài cũng nhiếp phục được vị thần nữ này và buộc không cho nhận đồ tế lễ bằng máu.

---

[1] Có bốn phép quán đảnh: Thọ minh Quán đảnh, Sự nghiệp Quán đảnh, Bí mật Quán đảnh và Cam lồ Quán đảnh. (Chú thích của người dịch)

Đại sư thứ 14 - *Camaripa*
Người thợ sửa giày

Ta, Camaripa thợ sửa giày thần thánh
Đắp tấm da kiến chấp quanh chiếc khuôn từ bi
Mũi khâu là trí giác
Ta khâu bằng sợi chỉ tương tục
Thoát khỏi tám nỗi ám ảnh của thế gian
Ta sửa xong đôi giày pháp giới

Truyền thuyết

Khu phố *Visnunagar* ở miền đông Ấn Độ có một thợ giày tên là *Camaripa*. Công việc thường ngày của ông ta là đóng những đôi giày mới và sửa những chiếc giày cũ.

Công việc đơn điệu, tẻ nhạt và nhàm chán, nên đôi khi ông có ý nghĩ rằng mình sinh ra không phải để làm thợ giày mà là để làm một điều gì đó khác hơn.

Cho đến một hôm, tình cờ có một vị sư *Du-già* đi ngang qua cửa hiệu, anh ta liền vất bỏ dụng cụ để chạy theo nhà sư. Anh ta gieo mình xuống đất, khẩn khoản nhà sư: "Bạch thầy! Con đã quá chán ngán cuộc sống đầy dẫy ngu si, ham muốn và cực nhọc này. Cúi mong thầy từ bi chỉ giáo."

"Ta sẵn lòng ban cho giáo pháp nếu ngươi xét thấy có thể tu tập thiền định."

"Đội ơn thầy! Thỉnh thầy dùng bữa cơm đạm bạc nơi chốn nghèo hèn."

"Được, ta sẽ đến vào lúc hoàng hôn."

"Đúng hẹn, vị sư đến nhà người thợ giày và sau khi dùng

cơm xong, sư bảo: "Tu tập cũng chẳng khác gì công việc làm giày. Chỉ có điều, thay vì làm ra những đôi giày tầm thường thì nay người làm nên làm một đôi giày pháp (*Dharmakaya*).

Đoạn sư đọc một bài Pháp kệ:

Từ bi làm khuôn
Kim là giáo pháp
Khâu chỉ vui, buồn
Thì thành giày pháp.

Nghe xong, người thợ giày vui mừng vì nắm bắt được ý chỉ của sư, lại hỏi: "Bạch thầy, khi con tu tập pháp này, điều gì sẽ xảy ra?"

"Trước tiên, ngươi sẽ thấy vòng luân hồi (*Samvara*) xoay ngược. Kế đó, ngươi sẽ thấy tướng thực của các pháp thế gian."

Nói xong, vị sư biến mất.

Người thợ giày sau khi thọ pháp bèn tìm nơi vắng vẻ để tu tập trong 12 năm. Trong thời gian 12 năm ấy, vị thần cai quản nghề thủ công cùng quyến thuộc hiện ra làm thay công việc thường ngày của người thợ giày.

Đại sư thứ 15 - Khadgapa

Tên trộm vô úy

Người chiến binh
không trang bị vũ khí khi ra trận
Đại bại là lẽ thường tình
Cho dù y có ngoan cường trong chiến đấu.
Vì thế
Ta luôn luôn mang theo lưỡi gươm tỉnh thức
Chiến đấu để dẹp giặc thù trong ba cõi
Nhiệm vụ đã hoàn thành
Ta vui đón vinh quang

Truyền thuyết

Gia đình của *Khadgapa* từ đời ông đến đời cha chàng đều làm nghề nông, nhưng đến đời chàng thì *Khadgapa* lại trở thành một tướng cướp.

Một hôm sau một vụ đánh cướp lớn, *Khadgapa* may mắn thoát khỏi cuộc truy bắt liền tìm đến chốn mồ hoang để ẩn mình. Tại đây, *Khadgapa* tình cờ gặp một nhà sư *Du-già* tên là *Carpaty* đang thiền định. Anh ta liền hỏi: "Sư làm gì nơi chốn hoang địa này?"

"Ta đang tu tập thiền định. Vì ta sợ vòng luân hồi sinh tử."

Tên cướp ngạc nhiên: "Sư làm như vậy thì đạt được gì?"

"Ta sẽ được an vui mãi mãi. Nếu ngươi làm theo như ta thì ngươi cũng được hạnh phúc vô biên."

"Tôi có nghe Phật pháp vi diệu, nhưng rảnh rỗi đâu mà ngồi suốt ngày lim dim đôi mắt? Vả lại, quan quân ngày đêm săn lùng tôi. Đôi khi tôi phải chống chọi kịch liệt mới được toàn mạng. Tốt nhất là ngài dạy cho tôi pháp thuật để tự bảo vệ lấy thân."

Vị sư đồng ý, điểm đạo và truyền pháp thuật cho anh ta. Sau đó, vị sư dặn: "Trong thành *Magadha* có một ngôi đền tên là *Gauri Sankak*. Trong đền ấy có một tượng Bồ Tát Quán Thế Âm. Ngươi hãy đến và cầu nguyện trước pho tượng ấy trong 21 ngày đêm không được ngưng nghỉ. Cho đến khi nào ngươi nhìn thấy một con rắn xuất hiện từ trong pho tượng chui ra. Hãy mạnh dạn, không được ngần ngừ hay sợ hãi, phải chộp ngay đầu con rắn ấy. Nếu ngươi làm đúng lời ta dặn thì sẽ trở thành kẻ vô địch thiên hạ."

Tên cướp vâng theo lời vị sư dạy.

Sau 21 ngày đêm cầu nguyện, một con rắn đen to lớn trườn mình ra khỏi pho tượng, *Khadgapa* bình thản chộp lấy đầu nó.

Con rắn trở mình biến thành một thanh gươm. *Khadgapa* nhìn lại, thấy mình đang cầm cây gươm Trí Tuệ. Ba nghiệp của *Khadgapa* trở nên thanh tịnh, toàn thân nhập vào pháp giới (*Dharmadhatu*).

Đại sư thứ 16 - *Nagarjuna*

Hiền triết và nhà luyện kim

Khi một con người si mê chưa giác ngộ
Mơ hồ tưởng mình là bậc thánh
Y hành sử như một tên đạo chích
Lẻn vào hoàng cung đánh cắp ngọc ngà
Khi một người còn si mê chưa giác ngộ
Y như con voi bị kẹt giữa đám bùn lầy

Truyền thuyết

Ngài *Nagarjuna* tức Bồ Tát Long Thụ, xuất thân từ dòng dõi *bà-la-môn* thuộc vương quốc *Càn-chí* (*Kanci*), miền đông Ấn Độ.

Thuở thiếu thời ngài là một con người gàn dở, thường hay nhũng nhiễu, cường đoạt tài sản người khác. Số nạn nhân lên đến 25.000 gia đình. Dân chúng trong vùng oán thán và các thầy tư tế *bà-la-môn* cũng kinh hãi dời chỗ ở.

Về sau, *Nagarjuna* thấy hối hận về những hành vi tác tệ của mình, ngài đem trả lại tài sản đã cường đoạt và phân chia tài sản riêng của chính mình cho những kẻ nghèo khó, rồi tự lưu đày mình sang xứ khác.

Rời *Kahora*, ngài đến tu viện *Nalanda* để tu học. Tại đây ngài trở thành một học tăng kiệt xuất về *Ngũ minh môn*. Nhưng chẳng bao lâu ngài chán ngán môn này, quay sang tu thiền.

Ngài thường trì tụng thần chú Long Nữ (*Tara mantra*). Do sự cảm ứng, vị nữ thần này tuân theo sở nguyện của ngài nên khiến tu viện luôn có đầy đủ vật thực cho 700 vị tăng của tu viện.

Nhưng bản thân ngài thích sống cuộc đời du hành khất thực. Mỗi đêm khi ngã lưng nằm xuống, ngài lại suy nghĩ: "Ta thật là vô tích sự. Ta phải tìm phương tiện khéo để giúp đỡ chúng sinh."

Vì vậy, ngài đến vùng *Rajagrha* để nhập thất và dùng thần chú để triệu thỉnh 12 nữ dạ-xoa Đại tướng, tức 12 vị thần chủ quản các nguyên tố đất, nước, lửa, gió.

Khi ngài nhập đàn khởi trì thần chú, thì ngày thứ nhất động đất xảy ra, ngày thứ hai hạn hán, ngày thứ ba có bão lửa, ngày thứ tư gió to, ngày thứ năm mưa gươm đao, ngày thứ sáu có vô số kim cương từ hư không rơi xuống.

Đến ngày thứ bảy, 12 vị nữ *dạ-xoa* hợp lực tấn công ngài dữ dội, nhưng ngài vẫn không động tâm.

Sau đó, ngài dùng *Hàng phục pháp* (*Kuyo*) để nhiếp phục

các nữ *dạ-xoa*. Chúng nữ *dạ-xoa* hiện ra đảnh lễ, cung kính thưa: "Bạch tôn sư, chúng đệ tử có mặt."

Ngài dạy: "Các ngươi ngày ngày hãy mang cho ta một ít vật thực."

Chúng thần lãnh mệnh lui đi. Rồi mỗi ngày họ đều mang đến cúng dường cho ngài một nắm cơm và một nắm rau trong suốt 12 năm.

Sau đó ngài lại thu nhiếp thêm 108 thần nữ *dược-xoa*. Để giúp đỡ chúng sinh, ngài định dùng thần thông biến núi *Gandhasila* thành núi vàng. Trước tiên, ngài dùng định lực biến ngọn núi lớn này thành núi sắt, rồi từ sắt biến thành đồng, nhưng khi ngài định tiếp tục biến nó thành vàng thì Bồ Tát *Văn-thù* hiện ra ngăn lại: "Chớ có làm thế? Nếu tôn giả biến ngọn này núi thành vàng thì cũng chỉ tạo ra sự tranh giành giữa các chúng sanh mà thôi, khác gì tạo nghiệp ác cho họ? Chi bằng tôn giả ra sức giáo hoá cho chúng thoát khỏi ba đường ác, đạt đến *Niết-bàn* giải thoát."

Vâng lời Bồ Tát, ngài *Nagarjuna* thôi không thi triển pháp thuật. Vì vậy, cho đến ngày nay ngọn núi *Gandhasila* vẫn còn giữ nguyên màu tia tía của chất đồng.

Rời chốn ấy, *Nagarjuna* đi về phía nam. Nơi ấy có một con sông lớn chắn ngăn. Ngài nhờ những người chăn cừu quanh đấy chỉ giúp ngài chỗ cạn nhất để ngài có thể lội qua bờ kia. Nhưng họ lại đưa ngài đến khúc sông sâu và đầy cá sấu.

May thay, một kẻ tốt bụng tình nguyện cõng ngài bơi qua sông. Đến giữa sông, *Nagarjuna* dùng thần thông hoá ra một bầy cá sấu ra vẻ như đe doạ cả hai. Người đàn ông tốt bụng vẫn giữ vẻ điềm nhiên: "Ngài đừng sợ. Miễn là ta còn sống, ta sẽ cố đưa ngài an toàn sang sông."

Nghe nói thế, sư lấy làm cảm phục, thâu phép lại và nói: "Ta là *Arya Nagarjuna*. Người nhận ra ta chăng?"

"Tôi có nghe đại danh của tôn sư nhưng lâu nay chưa từng gặp."

"Ngươi có công mang ta qua sông an toàn. Vậy ngươi ước nguyện điều chi, ta sẽ biến thành hiện thực."

"Vậy xin tôn sư cho tôi được làm vua."

Sư toé nước vào một thân cây *sala*, lập tức cây ấy hóa thành con voi trắng cho vua cưỡi.

"Nhưng còn binh lính?"

"Khi nào voi rống, tức thì có binh lính hiện ra."

Đức vua ấy lấy hiệu là *Salabandha*, cai trị tám triệu bốn trăm ngàn hộ dân trên một vùng đất nguy nga tên là *Bhabitan*. Vua lập nàng *Sindhi* làm hoàng hậu.

Sau một vài năm trị vì vương quốc *Bhabitan*, vua *Salabandha* đâm ra chán ngán cuộc đời làm vua của mình, ông lại tìm đến *Sriparvatta* để tìm sự khuây khoả.

Nhà vua tìm đến thầy mình và khẩn nài: "Bạch thầy! Làm vua chỉ được một ít lạc thú mà quá nhiều phiền não. Con muốn từ bỏ ngai vàng để được kề cận bên thầy."

"Ngươi chớ từ bỏ vương quốc của mình. Hãy giữ lấy xâu chuỗi này. Nó sẽ bảo vệ vương quốc của ngươi, ban cho ngươi thứ rượu vô uý khiến tâm ngươi không kinh hãi khi đối mặt với thần chết."

Mặc dù không muốn trở về nhưng nhà vua phải vâng lời thầy.

Tất cả mọi thứ trong vương quốc *Bhabitan* từ cây cối đến chim muông đều tươi tốt khoẻ mạnh khiến quỷ thần ghen tị. Cho đến một ngày nọ, ánh sáng mặt trời, mặt trăng tự dưng biến mất, hoa quả chưa đến kỳ đơm bông kết trái đã lìa cành, dịch bệnh hoành hành, rừng khô, cỏ úa...

Chứng kiến những hiện tượng lạ thường như thế, vua *Salabandha* đoán biết thầy mình gặp nạn. Ngài liền trao quyền bính cho thái tử *Cindhakumara* rồi đem theo một ít tùy tùng đến vấn an thầy.

Sư *Nagarjuna* hỏi: "Này con! Vì sao con đến?"

Nghe thầy hỏi, đức vua cất tiếng hát ai oán:

Định mệnh ôi trớ trêu,
Phật pháp sao khó bày
Bóng tối che ánh sáng
Mây mù che trăng rằm
Thánh tăng còn phải lụy
Sinh tử chia đôi đường
Con đến đây chỉ vì
Chợt thấy điềm bất tường
Cúi mong thầy từ bi
Ban cho cam lồ vị

Sư đọc kệ đáp:

Có sinh thì có diệt
Tụ tán lẽ thường tình
Trần gian là huyễn mộng
Chớ buồn rầu, sầu khổ
Rượu vô uý! Cạn ly!

Vua buồn rầu hỏi: "Thưa tôn sư, nếu như tôn sư không còn có mặt trên đời này nữa, thì rượu vô uý kia nào có vị chi?"

Biết đã đến lúc phải trả nghiệp đời trước, ngài *Nagarjuna* phát nguyện bố thí tất cả những thứ mà ngài sở hữu. Phạm Thiên bèn hoá thành một người *bà-la-môn* đến xin thủ cấp của ngài. Bồ Tát hoan hỷ nhận lời.

Vua *Salabandha* không nỡ chứng kiến cái chết của thầy, ngài tựa đầu vào chân sư rồi tắt thở.

Dân chúng thấy vậy, nguyền rủa không tiếc lời ý muốn độc ác của kẻ kia. Nhưng vô ích, Sư đã hứa cho đầu của mình.

Ngài dùng ngọn cỏ *sula* tự cắt lấy đầu rồi trao cho người *bà-la-môn* kia. Tức thời, muôn thú kêu vang thảm thiết, cây cối héo tàn. Tám nữ *dạ-xoa* đại tướng hiện ra canh giữ nhục thân của sư, không rời giây lát.

Từ thi thể của sư phát ra một luồng ánh sáng bay vút lên cao, nhập thẳng vào ngài *Nagabhodi* (*Long Trí*).

Truyền thuyết còn nói rằng khi đức Phật *Di-lặc* ra đời trong tương lai thì ngài *Nagarjuna* sẽ tái sinh để cứu độ chúng sinh.

Sử liệu

Theo truyền thống *Mật tông*, các bậc thánh và các đạo sư thường mang chung một tên. Đây là sự khế hợp giữa tâm và tâm của vị trước và vị sau. Việc này rất thông thường đối với bậc tái sinh (*tulku*). Chính vì vậy, người đời sau thường nhầm lẫn.

Có hai vị đạo sư mang tên *Nagarjuna*, tức Long Thụ. Vị Long Thụ thứ nhất sinh vào khoảng thế kỷ thứ 2 ở miền nam Ấn Độ (150-250), thường được xem như Phật *Thích-ca* tái thế. Ngài là một triết gia vĩ đại, đã trước tác các bộ luận và hệ thống biện chứng về *Trung quán* (*Madhyamika*).

Vị Long Thụ thứ hai sinh vào thế kỷ thứ 9, vốn là vị tổ của hệ phái *Guhyasamaja Tan-tra*, môn đệ của ngài *Saraha*.

Tiểu sử của ngài Long Thụ thứ nhất được dịch sang Hán văn vào năm 405, do công của một nhà sư truyền giáo tên là *Kumarajiva* (Cưu-ma-la-thập).

Thuở thiếu thời, ngài Long Thụ đã chứng tỏ trí tuệ phi phàm. Chưa đầy 20 tuổi, ngài đã nổi tiếng uyên bác các kinh điển truyền thống của đạo *Bà-la-môn*. Nhưng sau đó ngài chán ngán và lăn mình vào các thú vui ngũ dục.

Tương truyền rằng có một đạo sĩ đã dạy ngài phép tàng hình, có thể đi lại tự tại mà không ai nhìn thấy. Ngài đã cùng ba người bạn xâm nhập vào cung cấm để trêu ghẹo các công nương.

Chẳng may sự việc bị phát giác, ba người bạn bị quan quân giết chết. Riêng ngài thoát được nhờ phép ẩn thân đứng ngay bên cạnh nhà vua.

Ân hận vì cái chết của những người bạn, ngài đến *Nalanda* xuất gia học Phật. Tại đây, ngài nhanh chóng quán triệt yếu nghĩa của *Tam tạng kinh điển* (*Tripitaka*), kể cả các bộ kinh Đại thừa (*mahayana-sutra*).

Nhưng vì không thoả mãn với kiến thức ấy, ngài lại vân du khắp nơi để sưu tập các kinh điển bị thất truyền.

Trong các cuộc tranh biện, ngài luôn luôn đánh bại lý luận của đối phương, nên tỏ ra rất kiêu hãnh.

Ngài phát minh các luận thuyết mới và sáng lập ra một hệ phái riêng dựa trên căn bản thực tại (*non-rejection*). Chính vì quan điểm sai lệch này, vị Đại long vương cảm thấy thương hại nên đưa ngài xuống *Tàng kinh các* ở long cung. Nơi đây có một số kinh điển mà đức Phật *Thích-ca* đã phó thác cho Đại long vương gìn giữ để trao lại cho ngài Long Thụ.

Với trí tuệ phi phàm, trong vòng 90 ngày ngài đã nắm bắt được yếu nghĩa của tất cả những kinh điển này. Tuy nhiên, ngài hiểu rằng sự thân chứng giáo pháp mới gọi là sở đắc rốt ráo.

Do đó ngài nhập định để tu pháp môn "*Nhẫn nhục Ba-la-mật*". Khi xuất định, ngài trước tác bộ luận Trung quán (*Madhyamika*) và nỗ lực hoằng dương đạo pháp.

Ngài kết thúc cuộc đời sau khi một đạo sĩ *Bà-la-môn* thách thức ngài thi triển pháp thuật. *Nagarjuna* hoá thành con bạch tượng chụp lấy kẻ kia và đả thương y, nhưng khi nhìn lại thấy đạo sĩ vẫn điềm nhiên ngồi trên cánh sen trong một cái hồ thiêng lộ vẻ khinh miệt.

Thất bại, ngài tự nhốt mình trong thiền thất và đến khi một đệ tử của ngài phá cửa xông vào thì chẳng thấy gì ngoài một con ve sầu vụt bay thoát ra ngoài.

Về vị Long Thụ thứ hai, có thuyết nói rằng chính đại sư *Saraha* đã làm lễ thí phát và điểm đạo cho ngài, khiến ngài có thể nhập vào *Mạn-đà-la* của Phật *Vô Lượng Thọ*, đồng thời dạy ngài thần chú để nhiếp phục thần chết.

Đại sư *Saraha* còn dạy ngài *Guhyasamaya tantra* và các môn *huyền thuật* (*Tantra*) khác trước khi ngài được giáo thọ của ngài là sư *Rahuhabhadra* truyền tâm pháp.

Sự nghiệp tu học của ngài bị đứt đoạn và bị trục xuất khỏi tu viện vì phạm vào qui củ của thiền viện. Đó là khi *Nagarjuna* khám phá ra cách cất rượu từ vàng để phục vụ tăng đoàn trong thời kỳ đói kém. Khi ấy ngài là vị tăng phục vụ trong nhà bếp của tu viện.

Đại sư thứ 17 - *Kanhapa*

Vị đạo sư trong màn đêm

Nếu chỉ vì lòng ghen tị
Ra sức hành trì các pháp môn
Nỗ lực tích lũy các công đức
Tất cả đều vô ích mà thôi
Vì ngươi không thể nào đạt tới thần thông
Nếu ngươi không có được
sự dìu dắt của một chân sư
Như chiếc xe kia thiếu bánh
Chẳng thể nào lăn đi trên đường
Chỉ có bậc thầy mới có thể
Chắp cho ngươi đôi cánh rộng
Để ngươi có thể vút bay trên trời cao

Truyền thuyết

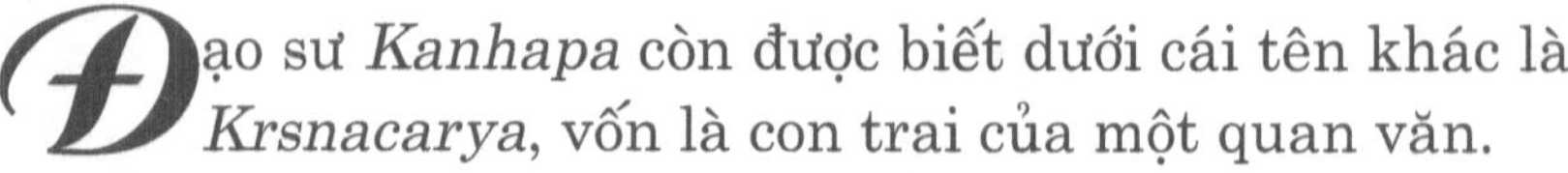 ạo sư *Kanhapa* còn được biết dưới cái tên khác là *Krsnacarya*, vốn là con trai của một quan văn.

Ngài thọ pháp tại đại tu viện *Somapuri*. Đây là một trong số những tu viện lớn được vua *Dharmapala* xây dựng nên. Chân sư của ngài là *Đại thành tựu giả Jalandhara*.

Ngài *Kanhapa* tu tập thiền định trong 12 năm thì bắt đầu thấy có những hiện tượng chứng đắc. Một hôm khi đang ở trong định, ngài thấy hảo tướng rõ ràng của thủ thần *Hevajra* cùng các quyến thuộc của vị thần này thì đất dưới chỗ ngài ngồi rung chuyển mạnh.

Thấy thế, *Kanhapa* lấy làm tự mãn. Nhưng Kim cương *Du-già Thánh nữ* (*Dakini*) hiện ra bảo cho ngài biết rằng đó chỉ là sơ chứng, chứ chưa phải là cứu cánh rốt ráo.

Kanhapa lại tiếp tục công phu cho đến một ngày nọ ngài nảy sinh ý định thử xem định lực của mình đạt tới mức nào.

Ngài đặt bàn chân lên đá, chân ngài liền lún sâu như đạp vào bùn, để lại cả dấu chân.

Một lần nữa, vị thánh nữ hiện ra khuyên ngài phải tiếp tục nỗ lực tu tập.

Một hôm vừa xuất định, ngài thấy thân thể bềnh bồng bay là đà cách mặt đất khoảng bốn năm tấc. Vị thánh nữ lại hiện ra, bảo ngài cần tiếp tục chuyên cần hơn nữa.

Kanhapa lại nỗ lực công phu cho đến một hôm khi vừa xuất định, ngài nhìn thấy bảy cái lọng che đầu ngài và bảy cái trống *damaru*[1] bay lượn quanh tự kêu vang khắp trời, ngài *Kanhapa* bảo với môn đệ rằng: "Nay đã đạt mục đích. Ta sẽ đi *Lankapuri*, thuộc đảo quốc *Sri Lanka*."

---

[1] *Damaru* là một loại pháp khí bằng sọ người hay sọ thú dùng trong nghi lễ để triệu thỉnh quỷ thần.

Lúc đến gần đảo, *Kanhapa* muốn chứng tỏ thần lực của mình bèn vận thần thông đạp xé nước để đi qua.

Vừa đi ngài vừa nghĩ thầm: "Ngay cả thầy ta cũng chưa chắc làm được như thế này."

Niệm ấy vừa khởi lên trong tâm của *Kanhapa*, ngài liền bị chìm ngay xuống biển. Kế đó, một ngọn sóng lớn đánh dạt ngài vào bờ.

Vừa khi ấy, ngước mặt nhìn lên trời, *Kanhapa* thấy thầy mình bay lơ lửng trên đầu. Vị sư phụ hỏi: "*Kanhapa*! Ngươi đi đâu đấy? Có chuyện gì mà trông thấy thảm thương vậy?"

"Bạch thầy! Đệ tử đang trên đường đi đến *Lankapuri* để độ người. Chẳng may vì mất thần thông nên rơi xuống đây."

"Hoằng pháp độ sinh là việc tốt. Nhưng tốt hơn ngươi nên đến *Pataliputra* tìm cho ra đại đệ tử của ta. Y làm nghề dệt ở thành phố này. Nếu ngươi muốn thành tựu đạo quả, hãy tuyệt đối vâng lời của y."

Nghe lời thầy, *Kanhapa* lại đi về hướng thành phố *Pataliputra*.

Lạ thay, thần lực của ngài tự nhiên hồi phục. Những cái lọng và những trống *damaru* lại xuất hiện trên đầu. Ngài đi đến đâu chúng theo đến đấy. Đến *Pataliputra*, ngài để lại 3.000 môn đồ bên ngoài thành, rồi một mình đi vào thành phố để tìm người thợ dệt.

Ngài đi từ đầu phố đến cuối phố, thấy nhà nào có khung dệt thì ngài dừng lại, dùng thần nhãn dứt đứt sợi chỉ trong guồng. Nếu người nào dùng tay để nối sợi chỉ đứt thì *Kanhapa* hiểu rằng ngài còn phải tiếp tục tìm kiếm.

Thế rồi, rốt cùng ngài cũng tìm thấy con người mà ngài cần tìm thấy, khi ngài nhìn thấy sợi tơ mà ngài dùng thần thông bứt đứt tự nhiên nối liền lại.

Kanhapa đến vái chào người thợ dệt và cầu pháp. Người thợ dệt hỏi: "Ngươi một lòng qui thuận ta chăng?"

"Thưa vâng, đệ tử xin phục tòng mọi mệnh lệnh của chân sư."

"Vậy hãy đi theo ta."

Cả hai cùng đi ra mộ địa, nơi ấy có một cái thây ma còn tươi. Người thợ dệt hỏi: "Ngươi ăn xác chết được chăng?"

Kanhapa quì gối, rút dao, xẻo một miếng.

"Không phải vậy! Hãy làm như thế này."

Rồi người thợ dệt hoá thành con sói nhảy đến cạnh xác chết, xé thây ma ra ăn ngấu nghiến.

Đoạn biến trở lại thành người, y bảo: "Ngươi chỉ nên ăn thịt người khi ngươi biến thành thú mà thôi."

Nói xong, người thợ dệt rặn bụng lòi ra ba cục phân. Y cầm một cục đưa cho *Kanhapa*: "Nào, ăn đi!"

"Không thể thế được. Nếu tôi ăn thứ này, mọi người sẽ nhạo báng tôi."

Không nói lời nào, người thợ dệt cầm lấy cục phân đưa vào mồm ăn, chư thiên hiện ra chia nhau ăn một cục khác.

Còn cục phân thứ ba bị một con rồng bay đến tha đi.

Kế đó, họ quay về thành phố, người thợ dệt đưa cho *Kanhapa* năm xu để mua rượu và thức ăn.

"Bây giờ, ngươi hãy đi gọi các đệ tử của ngươi đến đây để cùng ta dự tiệc Pháp."

Kanhapa vừa đi vừa nhủ thầm: "Chỉ có ngần này tiền, không đủ cho một người ăn, làm sao mà thầy bảo đãi cả bọn ta?"

Và khi mọi người tề tựu đông đủ, người thợ dệt tác pháp cúng dường, lập tức vô số thức ăn, vật uống hiện ra la liệt, toàn là sơn hào mỹ vị.

Bữa tiệc kéo dài bảy ngày bảy đêm.

Mọi người không sao ăn hết, *Kanhapa* lấy làm bực bội, thầm nghĩ: "Ăn thế này thì biết bao giờ mới xong? Ta phải đi thôi."

Kanhapa ném phần thức ăn thừa cho ngạ quỷ rồi gọi đệ tử lên đường mà không một lời từ biệt.

Người thợ dệt cất tiếng mắng theo:

Này lũ trẻ đáng thương
Các ngươi tự huỷ mình
Các người là những kẻ
Dứt lìa trí huệ lớn
Ra khỏi tâm từ bi
Bỏ đi, ngươi được gì?
Lọng, trống là chuyện nhỏ
Chân đế mới tột cùng

Nhưng *Kanhapa* không muốn nghe, tiếp tục lầm lũi dẫn môn đồ ra đi cho tới vùng *Bhadhokura* cách tu viện *Somapuri* khoảng năm trăm dặm về phía đông.

Dừng chân nơi đây, ngài gặp một cô gái đang ngồi dưới gốc cây vải sum xuê những quả, ngài hỏi xin: "Này nữ thí chủ, cho ta xin ít quả."

Kanhapa vận thần lực nhìn lên cây, quả liền rụng xuống. Nhưng cô gái chỉ liếc nhìn, các trái vải lại dính trên cành như cũ.

Sư tức giận dùng thần chú đả thương cô gái. Nàng đau đớn quằn quại gục đầu xuống đất.

Đám đông chứng kiến cảnh ấy lấy làm căm phẫn: "Đệ tử Phật lúc nào cũng từ bi, nhưng gã ác tăng này lại là một kẻ sát nhân."

Nghe họ quở trách, *Kanhapa* bừng tỉnh, nguôi cơn giận, thâu phép về và chữa thương cho cô gái.

Thừa cơ hội nhà sư không chú ý, cô gái niệm chú đánh lại khiến sư thổ huyết và rơi vào tình trạng rất nguy kịch.

Kanhapa liền gọi một trong các nữ thần kim cương đến cứu giúp. Vị thánh nữ vâng mệnh đi tìm dược thảo để cứu thầy.

Sau bảy ngày vất vả, bà tìm được được thảo nhưng trên đường về bà lại gặp một cụ già đứng giữa đường khóc lóc. Thánh nữ dừng lại hỏi nguyên cớ. Cụ già mếu máo trả lời: "Tôi khóc vì ngài *Kanhapa* đã qua đời."

Nghe tin dữ, vị thánh nữ vất thuốc đi vì cho rằng không còn cần đến nữa.

Nhưng khi về tới nơi, bà thấy *Kanhapa* chưa chết mà chỉ trong tình trạng nguy kịch. Sư hỏi thuốc đâu thì bà lắp bắp kể lại chuyện mình bị lừa. Do không có thuốc chữa nên sư phải lìa đời.

Sau cái chết của thầy, vị *dakini* này quyết tìm cho ra cô gái nọ.

Bà đi khắp mọi nơi từ cõi trời cho đến cõi nhân gian và cho tới một hôm bà bắt gặp cô gái nọ đang ẩn mình trong thân cây *sambhila*. Bà lôi cô gái ra ngoài và dùng linh phù đánh cho một trận nhừ tử.

Hành trì

Kanhapa trước tiên đã không nghe theo lời khuyên của Kim cương Thánh Nữ, sau đó lại không vâng mệnh thầy, lại tỏ ra kiêu ngạo và khinh suất. Ngài đã bị sân hận và kiêu mạn sai xử. Vì vậy, ngài đã nhận một hậu quả bi thảm.

Người thợ dệt tuy là bậc tôn túc nhưng cũng đã thất bại khi chỉ dùng thần thông để giáo huấn người, thiếu sự hài hoà giữa Bi và Trí.

Đại sư thứ 18 - *Aryadeva*
Độc Nhãn Đại sư

Chư Phật trong ba đời
Chỉ có một điều bí mật
Trực giác được điều này
Thì ngươi hiểu được tâm ngươi
Hãy đi lại tự tại
Hãy đắm mình trong chân lý
Xoá bỏ ưu tư và phiền não
Ngươi chính là một hành giả Du-già

Truyền thuyết

Truyền thuyết kể rằng ngài *Aryadeva* sinh ra từ một đoá sen. Ngay khi đủ tuổi, ngài thụ pháp tại tu viện *Sri Nalanda* và về sau trở thành Tu viện trưởng ở đấy.

Ngài từng là giáo thọ của hàng ngàn tăng chúng, là bổn sư của vô số các nhà học giả, trí thức đương thời, tuy nhiên ngài vẫn chưa chứng đắc. Vì thế, ngài bèn tìm đến Bồ Tát Long Thụ.

Rời *Nalanda*, ngài đi về phía nam. Khi ngang qua một cái hồ nước rộng mênh mông, ngài gặp Bồ Tát *Văn-thù* (*Manjuri*) đang giả dạng làm người câu cá.

Aryadeva vái chào và hỏi nơi ở của Bồ Tát Long Thụ. Bồ Tát *Văn-thù* bảo rằng vị thánh ấy ở trong một cánh rừng già gần đây và đang luyện thuốc.

Theo hướng chỉ của bồ tát, *Aryadeva* tìm đến nơi thì thấy Bồ Tát Long Thụ đang điều chế độc dược thành thuốc trường sinh.

Aryadeva đảnh lễ vị chân sư và xin được thu nhận làm đệ tử.

Bồ Tát Long Thụ nhận lời thỉnh cầu, điểm đạo cho *Aryadeva* và cho phép ngài ở lại để tu tập thiền quán.

Hằng ngày, hai thầy trò rời khu rừng đi đến các khu lân cận để hoá duyên.

Trong khi, ngài Long Thụ vất vả mới xin được thức ăn thì *Aryadeva* thường trở về với rất nhiều thức ăn ngon.

Thấy thế, ngài Long Thụ quở mắng: "Vật thực của ngươi kiếm được chỉ thuần do mấy con mụ dâm đãng trao cho, thật là bất tịnh. Vì vậy, từ đây trở đi ngươi chỉ được phép dùng vỏ chuối thay cho bình bát, kim nhọn để gắp thức ăn mà thôi."

Aryadeva vâng lời thầy, mỗi ngày khi ăn ngài dùng mũi kim găm từng hạt cơm đưa vào miệng.

Thấy thế, đám phụ nữ càng ngưỡng mộ, lại làm đủ thứ bánh ngon dâng lên ngài.

Nhưng ngài nhất mực không dùng đến, lại đem cúng dường cho thầy.

Cho đến một hôm. *Aryadeva* báo với thầy rằng ngài đã đắc pháp.

Bồ Tát Long Thụ bèn ra lệnh cho *Aryadeva* phải ở lại trong lều không được ra ngoài khất thực.

Aryadeva vâng lệnh thầy. Nhưng lần này, Mộc thần định đến cúng dường.

Nữ quái ăn vận hở hang, để lộ nhiều phần da thịt nõn nà đến gặp ngài. Sau đó, ả giả vờ lân la trò chuyện cùng *Aryadeva*.

Aryadeva mang thức ăn mà nữ quái cúng dường ngài dâng lên cho thầy và kể lại sự việc.

Bồ Tát Long Thụ nghe kể chuyện bèn đi đến nơi nữ quái ẩn mình. Nghe gọi tên, nữ quái hiện lên, thò đầu ra ngoài, còn thân thể vẫn giấu bên trong thân cây.

Sư hỏi: "Tại sao ngươi không phô thân ngươi cho ta xem mà lại làm thế với đệ tử của ta?

Nữ quái đáp: "Tôi làm thế là vì đệ tử của ngài đã đoạn trừ được tham ái vi tế, còn ngài thì không."

Từ đó, Long Thụ đặt tên cho ngài là *Aryadeva* (*Thanh tịnh thánh nhân*).

Sau khi Long Thụ Bồ Tát điều chế xong rượu trường sinh, ngài nếm thử vài giọt rồi đưa cả bát cho *Aryadeva* uống.

Nhưng *Aryadeva* ném cả bát rượu trường sinh vào gốc cây. Lập tức rượu ấy biến thành một chiếc lá dính liền vào thân cây.

Ngài Long Thụ bảo: "Người làm phí rượu của ta như thế. Hãy làm lại cái khác cho ta."

Aryadeva lấy một bình chứa nước, tiểu vào trong đó rồi dùng que khuấy lên, đoạn đưa cho thầy mình.

Bồ Tát Long Thụ bảo: "Nhiều quá!"

Aryadeva liền đổ bớt phân nửa bình nước tiểu vào một thân cây, trăm hoa hốt nhiên nở rộ.

Bồ Tát Long Thụ nói: "Nay người đã giác ngộ. Đừng đi vào luân hồi nữa."

Nghe những lời này, *Aryadeva* cất mình bay lên không trung. Nhưng ngay khi ấy có một người đàn bà tiến đến gần cung kính đảnh lễ ngài. Người đàn bà này lâu nay vẫn đi theo ngài như bóng với hình. Thấy vậy, *Aryadeva* hỏi: "Vì sao người lúc nào cũng đi theo bên ta?"

Bà ấy đáp: "Tôi theo ngài vì tôi cần một con mắt của ngài."

Aryadeva bèn móc con mắt bên phải trao cho bà. Kể từ đó ngài được gọi là Đạo Sư Độc nhãn (*Kamaripa*).

Hành trì

Thác sinh từ hoa sen có nghĩa là sinh ra từ sự giác ngộ. Tuy nhiên, trước khi nhận ra tánh Phật, hành giả cần phải trải qua con đường tu tập từ thế học đến đạo học.

Sử liệu

Theo Phật sử có hai vị Long Thụ. Mỗi vị cũng đều có một đệ tử mang tên *Aryadeva*. Cả hai vị *Aryadeva* đều là truyền nhân của thầy, đồng thời là những bậc văn tài lỗi lạc.

Vị *Aryadeva* thứ nhất rất nổi tiếng nhờ vào những tác phẩm luận về *Bồ Tát đạo*. Tác phẩm *Catuhsataka* được coi là bộ luận về Bồ Tát đạo nổi tiếng nhất của ngài. Bộ luận giải thích Bồ Tát nên hành sử như thế nào trong giai đoạn sơ chứng.

Ở đây, cần minh định rằng vị *Aryadeva* thuộc thế kỷ thứ 8 không hề viết luận thuyết về *Rasayana*, mà chính vị Long Thụ ở thế kỷ thứ 10 đã viết các bộ luận về *Satuspitha Tantra*. Vị này vốn là chân sư (*guru*) của môn *Rasayana*.

Vị *Aryadeva* trong truyền thuyết kể trên vốn sinh ra từ một đoá sen trong vườn thượng uyển của đức vua xứ *Sri Lanka*. Sau khi được truyền ngôi báu, ngài thoái vị để xuất gia.

Sau khi nắm được yếu chỉ của Tam tạng kinh điển, ngài hành hương sang Ấn Độ và gặp được Long Thụ Bồ Tát ở đây.

Aryadeva xây dựng rất nhiều tu viện ở miền nam Ấn Độ. Ngài lưu lại miền nam cho đến lúc thần *Mahakala* hiện thân thỉnh cầu ngài đi về phía bắc để nhiếp phục một đạo sĩ *Bà-la-môn.*

Sau khi nhiếp phục và khai đạo cho vị đạo sĩ, ngài *Aryadeva* để lại bài kệ như sau:

Thần Siva *có ba mắt*
nhưng không nhìn thấy chân lý.
Indra *có ngàn mắt*
như kẻ mù loà.
Ta, Aryadeva,
chỉ có một mắt
nhưng thấy suốt các pháp.

Đại sư thứ 19 - *Thaganapa*
Kẻ dối trá

Nhỏ nước vào trong tai
Nghiêng tai nước ra ngoài
Các hiện tượng đương thời
Cũng chỉ là hư dối
Sự thật là như vậy
Ngươi đã thấy đấy thôi.

Truyền thuyết

Thaganapa sinh ra một gia đình nghèo khó ở miền đông Ấn Độ. Anh ta kiếm sống bằng các thủ đoạn lừa đảo, gạt gẫm kẻ khác.

Một ngày nọ, trong khi anh ta đang ngồi bên lề đường suy tính mưu kế hại người, thì chợt có một nhà sư đi ngang qua chỗ của y.

Sư hỏi: "Chẳng hay hiền hữu làm gì mà ngồi nơi đây?"

"Bạch đại đức! Xin ngài chớ hỏi. Tôi không quen nói sự thật."

"Này hiền hữu! Đừng dối trá! Nếu hiền hữu nói những lời không thật, khi nghiệp đến, người sẽ đọa vào địa ngục. Càng dối trá, càng nặng nghiệp, hậu quả là hơi thở luôn có mùi hôi hám, chẳng ai tin tưởng mình. Ruộng vườn của hiền hữu không còn phì nhiêu, màu mỡ, hạt giống không thể nảy mầm. Khi đọa xuống địa ngục, lưỡi của hiền hữu sẽ bị cày xới."

Nghe sư nói, *Thaganapa* hoảng kinh: "Thưa thầy! Người ta gọi tôi là *Thaganapa* vì tôi là một kẻ luôn nói dối. Từ lâu nay đã thành thói quen, e rằng khó sửa đổi."

"Người có thể tu tập thiền định không?"

"Thưa thầy! Thói quen ấy xem chừng khó bỏ."

"Không hề gì! Nếu biết quay đầu về với chánh pháp, kẻ nặng nghiệp cũng có thể tu tập."

Thaganapa vui mừng khẩn khoản: "Đệ tử cúi đầu xin thầy từ bi tế độ."

Sư dạy: "Tất cả các pháp trong thế gian này vốn là hư huyễn, không thật, giống như những lời dối trá của ngươi từng thốt ra. Cũng thế, những gì ngươi cảm thọ, thấy, biết, nói, nghe bằng giác quan đều hư vọng, không có thực tính. Vậy từ nay, ngươi hãy tập quán tưởng tất cả các pháp của thế gian đồng với sự hư dối. Thế gian này được cấu thành bằng sự hư dối."

Sau khi lãnh thọ giáo pháp, *Thaganapa* tu tập thiền định suốt bảy năm thì ngộ được các pháp vốn là duyên hợp, hư dối, không bền, bèn tìm đến thầy mình xin ấn chứng.

Nhưng sư bảo: "Các pháp vốn không thật, không giả. Chân lý là chân lý. Không ai có thể tạo ra chân lý hay xác lập chân lý. Vì thế, ngươi hãy quán rằng cái mà ngươi tự cho là chứng ngộ cũng chỉ là một sự rỗng không. Một sự rỗng không từ trong bản thể, như vậy mới vào được đạo."

Đại sư thứ 20 - *Naropa*
Con người bất khuất

Tựa như vua ba cõi
Cai quản khắp nơi nơi
Nhà Du-già nếm được
Vị giải thoát thanh tịnh
Chinh phục địch luân hồi
Hưởng lạc thú thanh tịnh

Truyền thuyết

*N*aropa sinh trưởng ở vùng Đông Ấn. Mặc dù thân phụ làm nghề nấu rượu nhưng *Naropa* lại không thích nối nghiệp cha.

Hằng ngày, ngài vào rừng kiếm củi để sinh nhai. Tuy vậy, ngài không tìm thấy niềm vui nào trong cuộc sống tẻ nhạt này.

Nghe đại danh của sư *Tilopa*, ngài quyết định rời *Patalaputra* để tầm sư học đạo. Khi ngài đến xu *Visnunagar* thì đại sư *Tilopa* đã rời khỏi chốn này.

Không gặp được chân sư, *Naropa* buộc lòng phải du hành giong ruổi khắp nước Ấn để tìm cho ra sư *Tilopa*.

Cuối cùng ngài cũng gặp được sư *Tilopa* trên bước đường đi quảng bá chánh pháp. Mừng rỡ, *Naropa* rạp mình giữa bụi đường đảnh lễ Đại sư *Tilopa* và cung kính thưa ngài: "Đệ tử lâu nay hằng nghe đại danh của thầy, nay đã gặp được thật thoả lòng mong đợi."

Nghe qua, sư *Tilopa* đùng đùng nổi giận: "Ta nào phải là sư phụ của ngươi. Ngươi cũng chẳng là môn đồ của ta. Chớ có hồ đồ."

Sư vừa quát tháo vừa thuận tay chân đấm đá vào người *Naropa*.

Dù mới hội ngộ lần đầu đã bị xử bạc, nhưng *Naropa* vẫn điềm nhiên không lộ một chút oán hận, lại càng quyết tâm đi theo sư *Tilopa*.

Hằng ngày, *Naropa* đi khất thực để cúng dường sư *Tilopa*. Mỗi lần như thế, Sư vẫn nhận vật thực do *Naropa* hiến cúng nhưng ăn xong Sư lại đánh đập, la mắng *Naropa*.

Tuy thế, *Naropa* vẫn một lòng phụng dưỡng thầy, hứng chịu những cơn thịnh nộ vô cớ, và ăn các thức ăn thừa của thầy.

Naropa kề cận bên thầy trải qua 12 năm, nhưng sư *Tilopa* không hề quan tâm ngó ngàng đến. Nhân một hôm, *Naropa* xin được món cà-ri rất ngon ở một tiệc cưới, mang về dâng lên sư phụ.

Ăn xong, sư *Tilopa* hỏi: "Này con, món cà-ri ở đâu mà ngon quá! Hãy kiếm thêm cho ta một ít."

Lần đầu tiên được thầy sai bảo, lại nghe *Tilopa* gọi là "*con*" khiến *Naropa* bồi hồi sung sướng khác nào một Bồ Tát vào ngôi sơ địa. Ngài thầm nghĩ: "Ta ở bên chân thầy ròng rã 12 năm. Từ trước đến nay, thầy chưa hề hỏi ta: "Ngươi là ai?" Nay thầy gọi ta là "*con*". Ôi! Thật sung sướng biết dường nào!"

Thế là *Naropa* đi đến chỗ tiệc cưới bốn lần để xin món cà-ri mà thầy mình ưa thích.

Sư *Tilopa* lấy làm hài lòng về *Naropa*, Sư truyền pháp và làm lễ quán đảnh cho ngài. Sáu tháng sau đó, *Naropa* đạt thần thông *Đại thủ ấn*.

Ngài vân du khắp nơi để hoằng pháp.

Tương truyền, ánh sáng từ thân ngài phát ra xa hàng trăm dặm.

Đại sư thứ 21 - *Syalipa*
Linh Cẩu Đại sư

Người họa sĩ thiên tài
Vẽ những bức tranh có hình ảnh khủng khiếp
Khi ngắm nhìn các tác phẩm này
Lòng ta dâng lên một nỗi kinh hoàng
Nhưng hãy nhìn lại đi!
Hãy nhìn cho rõ
Những hình ảnh ấy
phản ánh những điều không thật
Rồi cuối cùng ta cũng phát hiện ra

Truyền thuyết

*S*yalipa là một nông dân nghèo sống gần kề một bãi tha ma. Về đêm, có một đàn linh cẩu thường đến để lùng sục những mẩu xương thừa của người chết trong đám tro tàn.

Tiếng tru gào của chúng dường như ma kêu quỉ khóc, như xé toạt cả bóng đêm tịch mịch, quyện vào không gian đen nghịt, khiến người nghe phải rùng mình sởn gáy. Chúng là nỗi kinh hoàng của *Syalipa*, ám ảnh trong tâm trí của chàng ngày lẫn đêm.

Cho đến một hôm, tình cờ có một đạo sư đến khất thực vùng này, *Syalipa* vội mang thức ăn cúng dường. Nhà sư lấy làm hoan hỷ và giảng thuyết về lợi ích của công đức cúng dường, nhưng *Syalipa* buồn rầu nói: "Thưa thầy! Bài thuyết pháp của thầy thật hay. Nhưng nếu được, mong thầy dạy tôi làm cách nào có thể vượt qua nỗi sợ."

"Này hiền hữu! Ngươi sợ gì? Già? Chết? Hay luân hồi sáu nẻo?"

"Thưa, đó chỉ là những lo sợ thông thường. Tôi có một nỗi sợ đặc biệt hơn. Tôi sợ tiếng tru của loài linh cẩu thường đến kiếm mồi ở bãi tha ma gần đây. Xin thầy từ bi dạy tôi cách trừ nỗi sợ ấy."

"Thôi được' Vì ngươi chẳng sợ gì khác ngoài tiếng tru của loài linh cẩu. Vậy cách hay nhất là ngươi nên dựng lều trong bãi tha ma, sống chung với loài thú này. Đồng thời, hãy luôn tâm niệm rằng tất cả âm thanh trên thế gian này đồng với tiếng tru của chúng. Lâu dần, nỗi sợ sẽ tự huỷ diệt."

Syalipa vâng lời dạy, tu tập trong 9 năm thì đạt được tâm vô uý, đắc *Đại thủ ấn*, tự xưng là Pháp sư Linh cẩu, thường đắp một tấm da linh cẩu trên thân.

Đại sư thứ 22 - Tilopa
Kẻ xuất thế

Con chim ấy ngụ trên núi Tu-di
Dường như nó được làm bằng vàng
Bậc trí giả biết rằng
Năng lực thanh tịnh là tất cả
Nên ngài từ bỏ thế giới vật chất
Để bước vào cảnh giới Niết-bàn

Truyền thuyết

*T*ilopa vốn là quốc sư của xứ *Visnuagar* vào thế kỷ thứ 10. Ngài được đức vua và triều đình rất mực tôn kính. Nhưng ngài tỏ ra chán chường những biệt đãi của nhà vua. Ngài thường bảo: "Đời ta thật vô nghĩa?"

Sau đó ngài xin từ chức quốc sư nhưng triều đình không thuận. Cuối cùng, ngài phải âm thầm ra đi.

Rời khỏi triều đình trong một đêm khuya, *Tilopa* đi về vùng *Kanci*, trú thân nơi một bãi tha ma hẻo lánh. Ngày đi khất thực, đêm về tu tập thiền định bên cạnh những thây ma.

Đại sư *Tilopa* thường cho rằng thế gian ô trược này chính là cõi thanh tịnh của ngài.

Đại sư thứ 23 - *Catrapa*

Hành khất gặp may

Bất cứ cái gì mà nhà Du-già nhìn thấy
Đều hiển lộ giáo pháp của chân sư.
Tất cả
Mà người nhìn thấy là thực thể bất sinh
Thực thể bất sinh là vị Đạo sư cao cả nhất
Vô tư là cách nhận biết "không hai"
Bởi thế, đức lành hay thói xấu cũng là một

Truyền thuyết

Catrapa là một người hành khất nhưng lúc nào trên lưng cũng mang theo một số kinh sách. Một ngày nọ, do phước duyên nên ngài tình cờ gặp được một nhà sư thông thái khai thị tri kiến giải thoát và truyền cho giáo pháp.

Sư nói:

Xấu ác bởi vô minh.
Thân này do nghiệp trước.
Hiện tại tức vị lai
Nỗ lực tu thiền định
Chứng đắc trong đời này.

Nghe thoáng qua bài kệ, *Catrapa* không hiểu được ý. Sư bèn giảng: "Sai lầm là do không có tri kiến. Thiếu tri kiến thì tà vạy trong tâm khởi lên. Tâm tà vạy khởi lên dẫn theo hành động sai lầm. Cứ thế mà xoay chuyển lún sâu vào ác nghiệp. Chỉ có thực chứng các pháp vốn hư huyễn, do duyên sanh mà có, tu tập thiền định vào *Tam-ma-địa* thì mới hết sai lầm. Lại thấy chúng sanh trôi lăn trong sáu nẻo mà khởi tâm thương xót, dùng *Bi quán* mà phổ độ. Nhưng không để tâm hướng về quá khứ, vướng mắc ở hiện tại, trù tính về tương lai. Khổ lạc vốn do tâm sinh. Tu tập miên mật lâu ngày thì Phật tính tự hiển lộ.”

Catrapa lưu lại *Sendhonagra* để tu tập thiền định, sau 6 năm ngài đắc thần thông *Đại thủ ấn*.

Đại sư thứ 24 - Bhadrapa
Kẻ độc nhất vô nhị

Ngộ được tánh không
thì vô minh là thanh tịnh
Chiêm nghiệm lòng từ
thì hành vi hoàn thiện
Hiểu được tính nhất quán
của vô số phương tiện
Ấy là thiền định
Mục đích rốt ráo
thuần một vị giải thoát mà thôi

Truyền thuyết

Xứ *Manidhara* có một người *bà-la-môn* giàu có, sống cuộc sống hết sức xa hoa. Dù vậy, trong tâm anh ta lúc nào cũng âu lo.

Thường ngày, anh ta giao du quen biết với rất nhiều người, nên trong nhà lúc nào cũng đông đúc bạn bè.

Một bữa nọ, trong lúc anh ta ở nhà một mình vì tất cả bạn bè đã đi dự lễ tẩy trần, có một nhà sư *Du-già* đến khất thực.

Khi thấy nhà sư rách rưới bước vào sân, anh ta vội vã kêu lên: "Bất tịnh, bất tịnh! Ngươi làm ô uế nhà ta. Hãy rời khỏi đây trước khi bạn bè ta trở về trông thấy, kẻo họ trách ta đã cho ngươi vào."

"Ngài nói *bất tịnh* nghĩa là sao, thưa ngài?"

"Không tắm rửa, không thay y phục, mang bình bát bằng đầu lâu, ăn thức ăn không sạch, sinh ở giai cấp hạ tiện là bất tịnh. Giờ thì đi nhanh đi!"

Nhà sư nghe xong vẫn đứng yên, khẽ đáp: "Như thế không phải là bất tịnh như ngài nghĩ. Uế tạp do thân, khẩu, ý mới thực là bất tịnh. Làm thế nào ngài có thể tẩy rửa sự uế tạp trong tâm của ngài bằng lễ tẩy trần? Chỉ có tắm trong giáo pháp của chân sư, ngài mới có thể hoàn toàn thanh tịnh, không còn cấu nhiễm."

Người *bà-la-môn* nghe thấy có lý bèn xin Sư dạy thêm. Sư nói: "Hãy cúng dường thức ăn cho ta."

"Nhưng ngài không thể lưu lại đây lâu được. Vì người nhà và bạn bè của tôi không tin ngài. Tôi sẽ đến nơi ngài ở để nghe pháp."

"Ta sống nơi bãi tha ma. Khi đến gặp ta nhớ mang theo rượu thịt."

"Rượu thịt ư? Người *bà-la-môn* chúng tôi cấm không được nhắc đến những thứ ấy."

"Tùy ngươi. Nếu muốn học giáo pháp thì phải làm theo lời ta dặn."

"Nhưng tôi không thể gặp ngài vào lúc ban ngày vì mọi người sẽ nhìn thấy tôi. Vì vậy tôi sẽ đến với ngài vào lúc ban đêm."

Sau khi nhà sư bỏ đi, người *bà-la-môn* cải trang rồi đi ra chợ để mua rượu thịt. Khi đêm đến, y tìm đường đến nơi mộ địa. Đến nơi, y gặp nhà sư, bèn dâng thức ăn cho sư và được điểm đạo.

Để hoán cải tâm kiêu mạn về giai cấp, *Bhadrapa* hằng ngày phải quét dọn hố xí và làm vệ sinh quanh nơi sư ở.

Sau 6 năm tu tập thiền định, *Bhadrapa* đắc thần thông *Đại thủ ấn*.

Đại sư thứ 25 - *Dukhandhi*
Phu quét đường

Kết hợp quá trình sáng tạo tương đối
Với phép thành tựu rốt ráo
Đó là phép thiền định Đại thủ ấn
Khởi lên trong ta thức thanh tịnh
Đó là trí tuệ của Ba thân.

Truyền thuyết

*D*ukhandhi sinh trưởng ở vùng *Gandhapur*, thường ngày đi lượm giẻ rách đem về giặt sạch, rồi vá lại thành từng tấm áo quần để mặc.

Một ngày nọ, ngài gặp được một nhà sư *Du-già* truyền cho tâm ấn.

Ngài cố gắng tu tập, nhưng tâm trí luôn luôn bị chi phối bởi việc lượm giẻ và may vá, nên ngài khởi tâm nghi hoặc cho rằng không thể tu hành thành tựu.

Đầu óc ngài lúc nào cũng vẫn vơ với công việc thường ngày khiến không thể nhất tâm quán tưởng hay trì tụng chân ngôn.

Dukhandhi đem trở ngại ấy trình bày với tôn sư của mình. Sư dạy:

Chân pháp không ngần mé.
Không có pháp may,
không có pháp người may.
Chân ngôn là như thị.
Hãy quán tưởng vị thần.
Trì tụng chú miên mật
Tự nhiên tâm thuần thục
Thấy các pháp đều không.

Nương theo lời dạy của chân sư, *Dukhandhi* tu tập 12 năm thì đạt thần thông *Đại thủ ấn.*

Đại sư thứ 26 - Ajogi

Người bị ruồng rẫy

Vâng lời dạy của bậc thánh tăng
Ta quán một điểm không nơi chóp mũi
Buộc chặt tâm này vào vũ trụ
Một vũ trụ trong một vũ trụ.

Truyền thuyết

Ở thành phố *Pataliputra* có một gia đình giàu có, sinh được đứa con trai độc nhất, vì thế mọi người rất yêu quí.

Tuy nhiên, khi đứa bé lớn lên, ngày càng trở nên mập béo đến nỗi không thể ngồi dậy để ăn uống, tiểu tiện hay đi lại bình thường như những đứa trẻ khác.

Bố mẹ của đứa bé cảm thấy quá thất vọng bèn đem nó ra bỏ giữa bãi tha ma.

Một mình ở nơi hoang vắng, đứa bé sợ hãi kêu khóc một hồi lâu thì có một nhà sư tình cờ đi ngang qua. Thấy hoàn cảnh tội nghiệp của nó, liền cho nó một ít thức ăn.

Nhưng thậm chí nó không ngồi dậy được để đưa thức ăn vào miệng.

"Ngươi không thể tự ngồi dậy ăn thì còn làm được cái gì?"

"Tôi thật là vô tích sự. Đó là lý do tại sao bố mẹ tôi đem bỏ tôi ở đây cho đến chết."

"Ta không chắc rằng nằm ngửa như ngươi có thể tu thiền được hay chăng?" Vị sư đắn đo nói.

"Thưa thầy! Tôi nghĩ tôi có thể tu tập được nếu có người bằng lòng dạy tôi."

Nghe đứa bé nói, sư hoan hỷ truyền tâm pháp cho nó, khiến nó có thể nhập vào Đàn pháp của Thủ thần *Hevajra*.

Sư dạy: "Hãy quán tưởng một quả cầu chỉ bằng hạt cải nằm ngay trên chóp mũi của ngươi. Sau đó quán tưởng có một trăm triệu thế giới trong hạt cải ấy."

"Thưa thầy, tu tập như vậy sẽ mang lại kết quả gì?"

"Hãy làm theo ta dạy, ngươi sẽ thấy."

Sau 9 năm thiền định, cậu bé đắc thần thông *Đại thủ ấn* và được mọi người gọi là chân sư *Ajogi*, theo Phạn ngữ (*Sanskrit*) có nghĩa là *Vô tác*.

Đại sư thứ 27 - *Kalapa*
Người điên phong nhã

Những con người vô minh từ nguyên thủy
Ngu ngơ cho ta kẻ điên rồ
Giáo pháp của chân sư là đề-hồ
Thuốc chuyên chữa trị bệnh hồ đồ

Truyền thuyết

Kalapa vốn là một con người có hình dung cực kỳ tuấn tú, do đời trước ngài tu phép nhẫn nhục và thiền định cho nên thân thể của ngài cường tráng và có những nét đẹp đầy sức thu hút, khiến bất cứ ai gặp ngài cũng đều muốn dừng lại ngắm nhìn.

Ngài cảm thấy rất khó chịu vì sự chú ý quá mức của mọi người, bèn từ bỏ phố thị để ẩn cư ở một nơi gần khu mộ địa.

Tại đây, ngài gặp được một nhà sư *Du-già* truyền cho tâm ấn.

Sau một thời gian tu tập, ngài ngộ được chân lý, thường vân du đây đó, và có tài xuất khẩu thành thơ, nhưng hành vi kỳ bí nên mọi người đều gọi là "*Phật khùng*".

Đại sư thứ 28 - Dhobipa
Người thợ giặt

Chẳng biết từ thuở nào
Ta từng giặt sạch bao vết bẩn
Nhưng không thể nào giặt than đen thành trắng
Chỉ có giáo pháp của chân sư
mới gột rửa được tâm ta

Truyền thuyết

Thuở nọ, tại vương quốc *Pataliputra* có một gia đình làm nghề giặt ủi.

Một hôm, anh thợ giặt đang bận bịu với công việc thường ngày thì một nhà sư *Du-già* chợt đến để khất thực.

Anh thợ trẻ dù đang bận rộn cũng tỏ ra hoan hỷ cúng dường vật thực cho vị sư, đồng thời hỏi nhà sư có cần giặt hộ thứ gì không.

Sư bèn đưa ra một mẩu than: "Hiền hữu có thể giặt tẩy cái này chăng?"

"Thưa ngài, tôi không thể làm cho cục than đen thành trắng được."

"Hiền hữu nói chí phải. Cũng thế, không thể dùng thứ gì để tẩy sạch vết nhơ trong tâm. Nhưng ta có một bí quyết chỉ cần giặt một lần là tinh khiết mãi mãi."

Nghe sư nói thế, người thợ giặt lấy làm vui mừng khẩn khoản xin sư truyền cho bí quyết ấy.

Sư làm phép điểm đạo rồi truyền phép *Tam mật* (*Mật ấn,* *Mật chú* và *Mật tưởng*) cho chàng.

Trải qua 12 năm tu tập, dùng *Mật ấn* (*Mudra*) để thanh tịnh thân, dùng *Mật chú* (*Mantra*) để thanh tịnh khẩu, và dùng *Mật tưởng* (*Samadhi*) để thanh tịnh ý, người thợ giặt chứng đắc thần thông *Đại thủ ấn* (*Mahamudra*).

Sư dạy:

Nước hoả ấn tẩy trừ thân nghiệp
Nước chân ngôn tịnh hoá khẩu phàm.

Từ đó về sau, ai đưa giặt thứ gì, người thợ ấy đều giặt sạch một cách nhanh chóng, và lạ thay, vật ấy không hề bị vướng bẩn trở lại, khiến mọi người lấy làm ngạc nhiên.

Mãi về sau, mọi người mới phát hiện ra người thợ giặt ấy đã chứng quả thánh và thường được người gọi là Chân sư *Dhobipa*.

Đại sư thứ 29 - Kankana

Nhà vua tu sĩ

Viên ngọc như ý Chân đế
Phát ra ánh sáng giác ngộ
Thoả đáp tất cả nhu cầu
Thông qua hành vi ảo diệu
Kẻ nào nếm được vị này
Tức thời thành tựu viên mãn

Truyền thuyết

Đức vua xứ *Visnunagar* cai trị một vương quốc giàu có, thịnh vượng. Nhà vua luôn tìm cách để thoả mãn những thú vui ngũ dục.

Một ngày nọ, có một nhà sư *Du-già* đến hoàng cung để khất thực, nhà vua cúng dường vật thực cho sư một cách rất hào phóng.

Đáp lại tấm lòng hào hiệp của nhà vua, sư khuyên: "Tâu bệ hạ! Vua và vương quốc thực ra chỉ là những danh từ rỗng tuếch. Cho dù địa vị thế tục của ngài như thế nào đi nữa cũng vô ích. Bởi vì tất cả chúng sinh đều phải chịu đau khổ như nhau. Tử rồi sinh, sinh rồi tử nối tiếp nhau không dứt, nỗi khổ đau lại có vô số muôn vàn hình tướng. Ngay cả các vua ở cõi trời, một khi phước báo đã cạn còn phải chịu khổ đau sinh tử, huống chi địa vị phàm phu của ngài. Mong bệ hạ từ bỏ thú vui ảo ảnh vì chúng giống như những giọt sương mai, và hãy tu tập thiền định."

"Thầy nói chí phải! Nhưng ta không thể mặc giẻ rách đi xin ăn. Thầy có cách gì khiến ta có thể tu tập thiền định mà không cần từ bỏ thú vui ngũ dục và ngai báu hay không?"

"Cách tốt nhất là bệ hạ nên từ bỏ tất cả."

"Không! Không! Cái cảnh tượng ăn cơm bằng bình bát đầu lâu, mặc giẻ rách, ăn thức ăn thừa làm ta phát khiếp."

"Nếu bệ hạ không thay đổi thái độ, niềm tự hào và sự lạm dụng quyền lực sẽ tạo nên nghiệp báo khiến về sau bệ hạ phải tái sinh nơi hạ tiện. Cách sống phạm hạnh đã mang lại cho tôi một niềm vui vô tận. Tuy nhiên, tôi có một phương pháp đặc biệt giúp ngài có thể tu tập thiền định mà không cần phải từ bỏ những thú vui thường ngày."

"Nếu vậy, xin thầy từ bi chỉ giáo cho quả nhân."

"Bệ hạ hãy quán tưởng ánh sáng của viên ngọc được đeo ở cổ tay bệ hạ và tâm không tham dục của bệ hạ là một.

Hãy chăm chú nhìn
Ánh sáng nơi mặt ngọc
Để thấy được
Niềm vui chân thật
Sẵn có trong tâm ngươi
Tất cả trang phục
Của báu ngọc ngà
Nhà cửa đền đài
Vô số màu sắc
Đều hiện ra trong mặt ngọc
Nhưng bản chất của ngọc
Không hề thay đổi
Tất cả các pháp
Vạn tượng sum la
Tất cả sắc ý
Khởi lên trong ngươi

Đều vọng Tự tâm người không lay động
Vẫn sáng chói như mặt ngọc kia.

Nhà vua thực hành thiền định bằng cách chú mục vào mặt ngọc và ngộ được chân lý. Sáu tháng sau đó, nhà vua đạt được thần thông *Đại thủ ấn*.

Một hôm, những người hầu cận nhà vua nhìn qua cửa phòng thấy nhà vua đang thiền định trên ngai vàng và quanh ngài là vô số các thiên nữ.

Triều thần biết rằng nhà vua đã tu hành thành tựu bèn đến cầu pháp. Nhà vua dạy rằng:

Niềm vui thanh tịnh là vương quốc
Thấy biết chân lý là đức vua
Các người cũng sẽ là hoàng đế
Nếu như tu pháp thiền định này.

Từ đó vua lấy pháp hiệu là *Kankanapada*, độ cho dân chúng vùng *Visnunaga* tu tập pháp thiền định và thọ đến 500 tuổi.

Đại sư thứ 30 - Kambala
Kẻ lắm lời

Trong cái sâu rộng của đại dương
Ẩn chứa một kho tàng
Đó là niềm vui,
sự thịnh vượng của các Long vương
Từ khởi thủy
Tất cả ánh sáng và âm thanh
Tự nó là pháp giới
Lành thay! Bậc thánh đã thấy rõ điều này

Truyền thuyết

Quốc vương xứ *Kankarama* hạ sinh được hai hoàng tử. Khi quốc vương băng hà, triều đình đưa hoàng tử cả lên ngôi.

Vị Hoàng tử này vốn là một con người đức hạnh và thao lược, nên kể từ khi ngài lên ngôi, đất nước luôn sống trong cảnh thái bình, và dân chúng trở nên giàu có sung túc. Họ giàu đến nỗi chỉ dùng toàn chén vàng đĩa bạc trong các bữa ăn.

Tuy nhiên trong suốt năm trị vì đầu tiên, vua không gặp được hoàng thái hậu, vì bà trong thời gian chịu tang. Đến năm sau, hoàng thái hậu mới vào triều, gặp mặt nhà vua.

Nhà vua trẻ thấy mẫu thân khóc lóc có vẻ không vui, bèn hỏi: "Cớ sao mẫu hậu lại khóc?"

"Ta khóc vì thấy con ở trên ngai vàng lúc nào cũng bận bịu việc triều chính."

"Tâu mẫu hậu! Con hiểu. Con sẽ thoái vị, nhường ngôi lại cho em con và con sẽ xuất gia theo Phật."

Theo lời hứa, nhà vua trẻ để lại ngai vàng cho em, rồi cùng 300 tùy tùng đến tu tập ở một tu viện.

Nhưng chẳng bao lâu mẹ ngài lại xuất hiện trước mặt, bà lại khóc lóc. Ngài chào hoàng thái hậu và hỏi duyên cớ.

Bà nói: "Ta khóc vì hiện nay con đã là một nhà sư mà vẫn còn kẻ hầu người hạ như một ông vua. Hãy từ bỏ tu viện này và một mình đi ẩn cư nơi rừng sâu để tu tập."

Vua nghe lời đi vào rừng già tu tập, nhưng do phước báo đời trước dân làng thường đến cúng dường ngài vô số vật thực.

Mẹ ngài lại xuất hiện khóc lóc, và nói: "Một bậc thánh tăng thì cần gì những thứ ấy?"

Nghe mẹ mắng, nhà vua cởi bỏ những trang phục tốt, bình bát bằng bạc và những thứ quí giá khác để chọn lối tu khổ hạnh.

Ngài lang thang đây đó, từ thành phố này sang thành phố khác.

Một hôm ngài thấy mẹ xuất hiện giữa bầu trời, trong thân tướng của một *Dakini* và dạy ngài phương pháp thiền định.

Sau 12 năm tu tập, một hôm ngài hoát nhiên chứng đắc thần thông, bay lên hư không, và bất ngờ đối mặt với mẹ. Bà quở trách: "Sao con không lo phổ độ chúng sinh mà hý lộng thần thông để tiêu dao?"

Đức vua lúc này đã trở thành một thánh tăng, vâng lời mẹ đáp xuống đất, đi lần về thành phố *Mangalapur*, một thành phố có đông cư dân, khoảng chừng hai trăm năm chục ngàn hộ.

Cách đô thị không xa, ngài phát hiện có một hang động vắng vẻ gọi là động Ba Cây Cọ, phù hợp để thiền định.

Đám nữ phù thủy ở chốn ấy nghe tin đại sư đến trú tại xứ sở của chúng liền báo cho mụ phù thủy cầm đầu là *Padmadevi*. Cả bọn tìm cách quấy phá việc tu tập của sư.

Một ngày nọ, khi ngài đi vào thành, trên mình quấn một chiếc mền bằng len màu đen, thì bọn nữ phù thủy bám theo sau ngài nài nỉ: "Thưa thầy, mong thầy hoan hỷ đến nhà chúng tôi để dùng một bữa cơm."

Nhưng Sư khiêm tốn chối từ: "Ta không thể dùng cơm ở tư gia."

Thấy không thể mời sư, bọn chúng nài nỉ giữ hộ chiếc mền cho sư trong khi sư còn ở trong thành. Không tiện từ chối lần nữa, Sư đành phải giao chiếc mền cho chúng rồi ở trần đi vào thành.

Sư đi rồi, bọn phù thủy tụ họp lại và kháo với nhau rằng: "Vật gì sở hữu của một nhà sư đắc đạo đều có thần lực. Chúng ta phải ăn cái mền này."

Thế là bọn chúng chia nhau ăn mỗi người một mảnh, phần còn lại được ném vào bếp. Khi sư quay lại, bọn phù thủy đưa ngài một cái mền khác mới hơn, nhưng sư vẫn một mực đòi lại chiếc mền cũ của mình.

Nài nỉ mãi không được, bọn phù thủy bèn lấy vàng cúng dường nhưng sư không nhận.

Ngài tức giận đi thẳng đến triều đình, tâu với vua: "Ngài là bậc minh quân, cớ sao lại không thể bảo vệ thần dân của mình tránh khỏi bọn phù thủy trộm cắp kia?"

Sau khi nghe sư giải thích sự việc, nhà vua cho gọi bọn phù thủy đến và ra lệnh cho họ phải hoàn lại chiếc mền cũ. Nhưng bọn chúng thú thật rằng chiếc mền ấy không còn nữa.

Sư đành ở trần quay lại hang động để thiền định.

Sau đó bọn phù thủy dùng phép làm tắt dòng nước nơi hang động của ngài. Sư làm phép *Hộ ma* (*Tonna*) triệu thỉnh Thủ thần *Heruka* khiến cho dòng nước chảy trở lại.

Nhân một dịp, bọn nữ phù thủy từ các nơi về tụ hội tại *Oddiyana*, sư dùng thần thông biến tất cả bọn chúng thành một bầy cừu đoạn xén lông đầu của chúng, khiến *Padmadevi* nữ chúa phù thủy phải quy phục, cầu sư giải thoát cho chúng.

Và khi được sư cho trở lại hình người, đầu của các phù thủy đều trọc nên chúng khóc lóc thảm thiết.

Chẳng bao lâu, tại động Ba Cây Cọ, các nữ thần nhục cảm cố ám hại sư bằng cách lăn một tảng đá núi khổng lồ xuống đầu ngài, nhưng thất bại.

Cuối cùng đức vua xứ ấy phải can thiệp: "Không ai trong các người có thể hại được nhà sư ấy. Vậy tốt hơn các người nên quay về với chánh pháp."

Mặc dù nhà vua khuyên lơn, nhưng bọn nữ phù thủy vẫn không thèm để tâm đến. Thấy vậy, Sư bảo: "Kể từ đây ta kiểm soát các người, nếu các người không cải tà qui chánh, ta sẽ bắt giao các người cho Diêm chúa, và nếu các người tái phạm, ta sẽ biến các người thành ngựa."

Bọn phù thủy kinh hãi, bèn cầu xin sư thu nhận làm đệ tử và tu tập pháp thiền định của ngài.

Sau khi được sư làm phép tịnh nghiệp, bọn phù thủy ói ra tấm mền mà chúng đã nuốt trước đó. Sư gom các mẩu vụn lại thành chiếc mền nhưng nhỏ hơn trước đó. Sư được gọi là *Kambala*, tức "*sư mền*".

Đại sư thứ 31 - *Dengipa*
Nô lệ chốn lầu xanh

Niềm hạnh phúc vĩ đại
Khỏe như ngựa, voi, sâu như đại dương
Chân lý như con khỉ, như trẻ thơ,
như chữ viết trên dòng nước
Sự bất khả phân như dòng sông,
như mặt trời, như y dược
Sự thành tựu như búi tóc,
như con mắt, như bánh xe

Truyền thuyết

*D*engipa vốn là giáo sĩ *bà-la-môn* của triều đình *Pataliputra*. Do nghiệp duyên đời trước, Đức vua *Indrapala* và *Dengipa* quyết định cùng nhau đi tu. Họ tìm đến chân sư *Luipa* và được sư truyền cho tâm pháp.

Theo truyền thống, họ phải có một vật gì đó để cúng dường cho sư *Luipa*, nhưng họ chẳng mang theo gì, và cuối cùng họ đi tới quyết định cúng dường bản thân.

Sư *Luipa* dẫn họ đến *Orissa*, kế đó đi bảy ngày nữa thì đến *Japantipur*. Đến một lầu xanh, sư *Luipa* hỏi người gác cửa: "Chủ nhân của người có cần mua nô lệ không?"

Tức thì, một giọng nói từ trong vang ra: "Giá bao nhiêu?"

"Một trăm lượng vàng."

Cuộc ngã giá đã xong, nhưng với hai điều kiện. Một là người *bà-la-môn* phải được ngủ một mình, hai là sau khi làm đủ công lao động, người *bà-la-môn* phải được trả tự do.

Sư *Luipa* để người *bà-la-môn* ở lại.

Kẻ nô lệ người *bà-la-môn* kia luôn luôn làm hài lòng nữ chủ nhân và được mọi người quí mến. Một ngày nọ, sau khi ông ta làm xong công việc, người chủ quên sai người mang thức ăn đến, ông bèn đi ra vườn nơi ông thường nghỉ ngơi sau khi làm việc.

Người chủ chợt nhớ ra, vội sai các người làm khác đem thức ăn đến cho ông và họ vô cùng ngạc nhiên khi thấy mười lăm thiếu nữ đẹp đang phục vụ ông và thân ông phát ánh hào quang chói lọi.

Nữ chủ nhân được báo tin chuyện lạ, bà lấy làm áy náy, bèn đến nói rằng: "Tôi thật là càn quấy vì đã đối xử với ngài như một kẻ nô lệ suốt 12 năm nay. Quả thật tôi có mắt như mù, cầu xin ngài từ bi tha thứ và cho phép tôi được hầu hạ ngài như bậc thầy."

Dengipa không chấp nhận lời thỉnh cầu này, nhưng ngài truyền pháp cho bà ta và nhân dân thành *Japantipur*, rồi vân du nơi khác.

Đại sư thứ 32 - *Bhandepa*

Vị thần ghen tị

Không quyến luyến, ấy là tình thương cao cả
Từ bi là nhận ra bản chất của luân hồi
Vui thông cảm là niềm vui không bờ bến
Xả bỏ hoàn toàn là vị giải thoát thanh cao

Truyền thuyết

*B*handepa là một vị thần ngụ cư ở trên đám mây thuộc vùng trời xứ *Sravasti*.

Một ngày nọ, ngài thấy xuất hiện một dáng người mình mặc áo cà-sa, một tay mang bình bát còn tay kia cầm tích trượng, bay lơ lửng ngang qua, và toàn thân bao bọc bởi một luồng hào quang rực rỡ.

Bhandepa lấy làm lạ, hỏi vị thiên chủ các cõi trời: "Vị thần nào vừa mới bay thoáng qua vậy, thưa ngài?"

"Đấy là một bậc *A-la-hán* đã dứt trừ các lậu nghiệp."

Bhandepa từ lâu khao khát được tu hành thành tựu như thế nên ngài quyết định hạ giới để tìm chân sư. Ngài tìm thấy sư *Krsnacarya* và được sư truyền cho phép thiền định *Mạn-đà-la Guhyasamaja* và *Bốn tâm vô lượng* để bảo vệ thân mạng.

Khi vị thiên chủ các cõi trời thấy *Bhandepa* quay lại cõi trời liền ân cần hỏi thăm về công phu tu tập của ngài.

Bhandepa nói bài kệ như sau:

Ta đạt đến cảnh giới
Cảnh ấy không thực thể
Thiền định không gián đoạn
Từ bi làm phương tiện
Cứu cánh làm hư không
Bốn tâm hòa làm một
Tham dục không chỗ trụ
Bậc chân sư cao quí
Kẻ trí nên tôn thờ

Bhandepa hoằng dương chánh pháp được bốn trăm năm, độ vô số người dân ở sáu thành phố lớn của *Aryavarta* là *Sravasti, Rajagrha, Vaisali, Varanasi, Pataliputra* và *Kanyakubja.*

Đại sư thứ 33 - *Tantepa*
Kẻ đánh bạc

Tất cả ý niệm
Tất cả những phản ánh của tinh thần
Đã lụi tàn rồi tan vào hư vô
Và mỗi kinh nghiệm thoáng qua
của thế giới hiện tượng
Cũng biến mất dần trong sự tương tục
Sự tương tục của vắng lặng

Truyền thuyết

Tantepa là một con người đam mê cờ bạc. Ông đánh bạc cả ngày lẫn đêm và thua hết sạch những gì ông có. Dù vậy, để có tiền chơi trò sát phạt ấy, ông đã vay mượn khắp nơi.

Đến kỳ hạn trả nợ, *Tantepa* không đủ khả năng chi trả. Các chủ nợ xúm lại đánh ông đến suýt chết. Cuối cùng, ông đành phải ra khu mộ địa để ẩn thân.

Tại nơi này, *Tantepa* gặp một nhà sư *Du-già*, Sư hỏi thăm hoàn cảnh của *Tantepa*.

"Thưa ngài, tôi vốn là một con bạc, bị thua đến sạt nghiệp. Vì không có tiền trả nợ, nên họ đánh đập tôi suýt chết."

"Vậy sao ngươi không tu tập thiền định?"

"Cờ bạc là nghiệp của tôi. Nếu như có pháp nào tu nhưng không phải từ bỏ cờ bạc thì tôi thực hành ngay."

"Điều ấy không khó, miễn là ngươi siêng năng tu tập."

Sư truyền pháp và khai tâm cho *Tantepa*. Sư dạy: "Ngươi hãy quán ba cõi *Dục giới*, *Sắc giới* và *Vô sắc giới* đều rỗng không như cái túi không tiền của ngươi vậy. Lại quán bản tâm của ngươi cũng rỗng không như ba cõi ấy, lâu ngày ắt thành tựu."

Tantepa vâng lời Sư, tu tập 20 năm thì chứng ngộ và đắc thần thông *Đại thủ ấn*.

Đại sư thứ 34 - *Kukkuripa*
Người yêu chó

Thờ phụng, cúng dường bằng nghi thức
Bên ngoài loè loẹt có ích chi
Nỗ lực, tinh tấn là hiện diện
Thương thay chư Phật lại vắng xa
Sự chứng đắc nằm trong lời chú nguyện
của một chân sư

Truyền thuyết

Kukkuripa vốn là người *Bà-la-môn* nhưng rất tin tưởng vào huyền thuật (*Tantra*). Ngài cho rằng huyền thuật có thể giải quyết những vấn đề hiện hữu, do đó ngài chọn con đường xuất gia, sống như một nhà sư *Du-già*.

Ngài vân du đây đó, trên đường ngài gặp một con chó cái bị đói. Nó quấn quýt bên chân ngài khiến ngài động lòng từ bi mang nó theo khắp chốn. Ngày ngày ngài để nó lại trong một hang động rồi đi khất thực.

Sau 12 năm tu tập, *Kukkuripa* đắc thần thông.

Chư thiên ở ba mươi ba tầng trời Dục lạc mời ngài dự tiệc, *Kukkuripa* nhận lời. Ngài được chư thiên đãi đằng vô số món ngon vật lạ. Trong khi ấy con chó cái ở trong hang động tự tìm lấy thức ăn còn sót lại.

Kukkuripa đang ngon miệng, bỗng nhớ đến con chó, ngài bảo với chư thiên rằng ngài phải trở về để chăm sóc nó.

"Con chó ấy đang ở trong hang. Ngài chớ vội về vì tiệc vẫn chưa tàn. Vả lại chúng ta đang vui vẻ với nhau." Mặc cho chư thiên nài nỉ, *Kukkuripa* vội vã quay về.

Con chó cái mừng rỡ khi gặp lại sư. Ngài vỗ đầu âu yếm nó, lập tức con chó cái ấy biến thành một nữ *Dakini* và lên tiếng nói với ngài:

Lành thay cho ngươi
Vượt qua cám dỗ
Đắc đại thần thông
Nay ngươi phải hiểu
Pháp thuật chư thiên
Là trò huyễn ảo
Bởi vì chính họ
Ngã chấp còn vướng.
Lạc thú như sương
Tan theo nắng sớm
Nay ta truyền lại
Chân nghĩa nhiệm mầu.

Rồi vị Thiên nữ *Dakini* khai thị và truyền bí pháp cho Sư.

Đại sư thứ 35 - *Kucipa*
Người bị bướu cổ

Cái tuyệt đối bẩm sinh mang nhiều đau khổ
Nhà Du-già bản tính phản ứng dữ dội
như tia nhìn của một con voi
Nhưng khi xả bỏ,
ngài đi vào trạng thái xuất thần
Không ràng buộc, thoát ra ngoài tham dục
Trong ánh sáng lời dạy của một chân sư
Ta đã đánh mất cái vô cùng
của phủ định và xác định
Nhưng cái thực thể khó nắm bắt này
Lại trở thành cái vô cùng tận
Nhận ra cái vô cùng tận này
Ta hiểu ra chân lý

Truyền thuyết

Kucipa là một nông dân ở vùng *Kahari*, rất đau khổ vì cục bướu nơi cổ ngày một lớn. Cảm thấy xấu hổ vì tật bịnh của mình, *Kucipa* thường tránh xa chỗ đông người mà tìm đến những nơi hẻo lánh để ẩn cư.

Một ngày nọ, có Đại sư *Nagarjuna* đi ngang qua. Ngay khi vừa nhìn thấy ngài, *Kucipa* đã có lòng mến mộ bèn chắp tay đảnh lễ và thưa: "Cuối cùng rồi thầy cũng đến. Con xưa nay đau khổ vì nghiệp cũ. Cúi xin thầy từ bi tế độ."

Sư *Nagarjuna* nhận thấy con người bệnh tật kia có thể tu tập phép thiền định của ngài do có duyên đời trước, nên ngài hiển lộ *Mạn-đà-la* của *Guhyasamaja* và đưa *Kucipa* vào Đàn pháp.

Đoạn Sư dạy: "Nay ngươi hãy lấy cái bướu nơi cổ của ngươi làm pháp quán tưởng. Hãy tưởng tượng cái bướu ấy mỗi lúc một lớn hơn."

Kucipa thực hành thiền định y theo lời chỉ bảo của sư, quán cái bướu mỗi lúc một lớn hơn trước khi sự khổ đau kịp đến. Khi *Nagarjuna* trở lại, *Kucipa* bảo rằng phương pháp trị liệu có hiệu quả.

Sư nghe thế liền dạy rằng: "Lần này, ngươi hãy quán tưởng cả thế giới này hiển hiện trong cái bướu ấy."

Kucipa thiền định liên tục và cục bướu tự nhiên nhỏ lại, teo dần và biến mất.

Đại sư thứ 36 - *Dharmapa*

Kẻ không ngừng học hỏi

Dễ xúc cảm với nọc độc nhị phân
Tâm thông thái bị đánh độc bởi sự phân tích
Lời chú nguyện của một chân sư
Chữa lành bệnh luân hồi trong ba cõi

Truyền thuyết

*D*harmapa là một thư sinh chăm chỉ. Ông đọc sách không biết chán, nhưng tiếc một điều là ông không có óc phân tích và tính nhạy bén trong việc tiếp thu các kiến thức của thầy dạy.

Vì vậy ông không thể áp dụng những điều đã học vào cuộc sống thực tiễn. Ngoài ra, ông vừa học xong thì lại quên ngay.

Ngày nọ, ông gặp một nhà *Du-già* và thố lộ trở ngại ấy. Sư thương tình điểm đạo và truyền nội lực của một chân sư cho *Dharmapa* và dạy:

Hãy như thợ rèn kia
Nấu kim loại sắt, thép
Tan chảy thành một khối
Hãy đốt cháy kiến thức
Tan vào tâm hư vô.

Dharmapa nghe qua chợt hiểu ý của sư. Ngài nhận biết rằng những điều ngài đã học cũng sẵn có ngay trong chính bản tâm.

Đại sư thứ 37 - *Mahipa*
Con người vĩ đại

Ngọn núi kiêu hãnh vô minh
Chôn vùi viên ngọc như ý
Giờ đây
Sự mầu nhiệm của hành vi giác ngộ
Đã thoả đáp những điều mong ước
Kẻ nào nếm được vị giải thoát này
Nghĩa là hoàn toàn thành tựu

Truyền thuyết

Mahipa là cư dân vùng *Magadha* (*Ma-kiệt-đà*). Ông có một thân hình cường tráng, lực lưỡng và sức khoẻ. Vì vậy, ông thường tự ca ngợi bản thân: "Ta là người khoẻ nhất mà không ai trên đời này có thể địch lại."

Một ngày nọ, *Mahipa* tình cờ gặp một nhà sư *Du-già* trên đường đi vào thành. Sư dừng lại nhìn ông một cách chăm chú và hỏi: "Ngươi đang nghĩ gì trong đầu vậy?"

"Không! Không! Tôi chẳng suy nghĩ gì cả!" *Mahipa* thối lui một bước.

"Không đâu! Ta biết ngươi đang thầm nghĩ: *Ta là kẻ bất khả chiến bại.*"

Nghe sư đoán đúng ý nghĩ của mình, *Mahipa* chợt rùng mình, tâm tư bàng hoàng, trở nên khiêm cung và rạp mình đảnh lễ sư. Sư dạy: "Hãy từ bỏ lòng kiêu mạn!"

"Vâng. Cúi xin đại sư chỉ dạy."

Nhà sư làm phép điểm đạo và khai tâm cho *Mahipa*, rồi đọc bài kệ như sau:

Các pháp tự tâm sinh
Thiền định không ngừng nghỉ
Tức thời tâm không sinh
Niết bàn thường tịch tịnh
Trừng tâm là tối hậu

Nghe xong, *Mahipa* thưa: "Bạch thầy, con không hiểu."

Sư lại nói: "Không tính là sức mạnh vô biên. Người có sức mạnh vô biên là người thấu đạt không tính."

Mahipa nghĩ rằng những lời dạy của sư chẳng gợi lên một vấn đề gì là khó khăn cả. Nhưng mỗi lần ông muốn nắm bắt đối tượng của thiền định thì lại thất bại, và muốn nắm bắt ý thức thì nó trơn tuột.

Sau cùng, *Mahipa* mới hiểu được rằng chân lý không ngằn mé, bao la như bầu trời.

Đại sư thứ 38 - *Acinta*
Ẩn sĩ tham lam

Trong Thủ ấn không có đối tượng,
không có hình ảnh
Mười ngàn vọng tưởng cũng là không
Bởi vì các pháp là tịnh thức
Tịnh thức cho nên ngộ lý này.

Truyền thuyết

Acinta là một tiều phu ở xứ *Dhanirupa*. Vì sự nghèo khổ bức bách của cuộc sống hằng ngày nên ông luôn luôn mơ ước đến sự giàu sang phú quí, bất luận ngày đêm. Trong tâm trí ông lúc nào cũng nghĩ đến cách làm thế nào để được giàu có.

Khổ thay! Lực bất tòng tâm. *Acinta* cảm thấy đau khổ tuyệt vọng và không muốn tiếp xúc với người đời vì mặc cảm nghèo khó. Ông đi đến một nơi hẻo lánh để ẩn cư. Nhưng chính nơi ấy, ông gặp được đại sư *Kambala*. Đại sư hỏi: "Ngươi đang nghĩ gì mà lại xa lánh mọi người như thế?"

"Tâm trí tôi luôn bị ám ảnh bởi sự giàu sang nên không thanh thản được."

"Có một cách để từ bỏ sự tham đắm ấy. Nếu người phát nguyện tu tập ta sẽ truyền cho."

Acinta lấy làm hoan hỷ, cầu xin: "Mong Tôn sư từ bi hoá độ cho đệ tử."

Sư nói:

Tham đắm mà làm chi
Khác gì gái lỡ thì
Hãy gạn lọc tâm, ý
Quán thân như cõi trời
Quán ý là tinh tú
Tài thần tự hiện ra
Cúng dường bậc hiền giả.

Acinta vâng theo lời dạy mà tu tập. Những ý tưởng tham đắm vật chất thế gian biến thành ánh sáng của các tinh tú, và các tinh tú ấy tan biến vào bầu không gian vô tận. Ngài ngộ được chân lý và đem trình bày sở đắc ấy với chân sư của mình. Sư dạy:

Bản chất của bầu trời
Là hư vô, không tận
Làm sao ngươi nắm bắt
Cái không tận, hư vô?
Chẳng sắc, màu, hình tướng
Mà ngươi mãi tham đắm
Đi tìm kiếm quẩn quanh.

Đại sư thứ 39 - *Babhaha*
Kẻ khao khát tự do

Ôi niềm vui! Niềm vui
Niềm vui không ngăn ngại
Niềm vui không tham dục,
niềm vui không si mê
Mỗi niệm tưởng chính là niềm vui đó
Ôi niềm vui kỳ ảo, niềm vui bí mật,
Niềm vui không nắm bắt được.

Truyền thuyết

Babhaha vốn là hoàng tử xứ *Dhanjur*, một con người tham đắm sắc dục. Một hôm, nhân một nhà sư *Du-già* đến hoàng cung để khất thực, vị hoàng tử trẻ tuổi đem lòng ngưỡng mộ vị sư thông thái này và hỏi rằng với bản tính ưa thích lạc thú dục tình như ngài thì có thể tu tập thiền định được chăng.

Sư nói: "Tâm *Bồ-đề* hay Đại nguyện (*Samayas*) là nguồn gốc căn bản để có thể chứng đắc các pháp bí mật. Chân sư là nguồn gốc để thành tựu các pháp. Nay, Hoàng tử phát nguyện tu tập tức là gieo nhân lành, ắt sẽ thành tựu. Trong khi tận hưởng dục lạc thế gian, ngài hãy luôn quán niệm rằng mọi lạc thú không tách rời khỏi tính không (*Śūnyata*)."

Kế đó, Sư làm phép khai tâm cho hoàng tử và truyền cho tâm pháp.

Hoàng tử y theo lời dạy của Sư tu tập trong 12 năm thì sự ám muội trong tâm dần dần biến mất.

Đại sư thứ 40 - *Nalinapa*

Kẻ tự lực cánh sinh

Đoá sen nơi đỉnh đầu
Ẩn chứa mầm tịnh lạc
Ở luân xa nơi cổ
là niềm vui siêu tuyệt
Ở luân xa nơi tim
là niềm vui xa bỏ
Luân xa nơi đan điền
là niềm vui tự tại
Và ta đã đạt tới
Cái bất khả đạt.

Truyền thuyết

*N*alinapa là một ông hoàng bị thất sủng nên cuộc sống trở nên khó khăn, đến nỗi ông phải kiếm sống bằng cách nhặt củ sen ở một cái hồ.

Một ngày nọ, *Nalinapa* tình cờ gặp một nhà sư *Du-già* và được sư giảng giải về nỗi khổ sinh tử, cùng chỉ rõ sự vi diệu của cảnh giới *Niết-bàn*, *Nalinapa* động tâm liền cầu sư dạy cho con đường giải thoát. Sư hoan hỷ nhận *Nalinapa* làm môn đệ và truyền cho tâm pháp.

Hãy quán chữ ham
Một màn trắng thanh tịnh
Xuất hiện trên vương miện
Và ở yết hầu một chữ bam

Sáng chói làm tan chảy chữ ham *trên đầu.*
Và hành giả tắm mình
trong niềm an lạc vô biên,
Bỏ lại cấu uế của sáu cõi,
Và chỉ còn là niềm vui thanh tịnh
Đầy giải thoát mà thôi.

Nalinapa tu tập trong 9 năm thì đắc đại thần thông, tâm trí không còn bị phiền não khuấy động, giống như một đoá sen đã vươn lên khỏi mặt hồ.

Ngài hóa độ vô số chúng sinh ở thành *Pataliputra*, thọ 400 năm, sau đó cùng 450 môn đệ đến trụ ở cảnh giới của nữ kim cương *Du-già*.

Đại sư thứ 41 - *Bhusuku*

Thầy tu giải đãi

Ta nếm mùi cay đắng
Cho đến khi nhận ra sự thật này
Trong luân hồi, ta cách xa Phật vô vàn
Nay tỏ ngộ biết Niết-bàn cũng là nơi ấy
Từ đấy ta trở thành viên ngọc quí
Tỏa sáng trong lòng đại dương mênh mông

Truyền thuyết

Dưới thời kỳ trị vì của vua *Devapala*, bảy trăm đồ chúng của đại tu viện *Nalanda* được nhà vua cung cấp đầy đủ các vật thực, y phục, thuốc men và những thứ cần thiết khác. Trong số tăng chúng này có một ông hoàng cũng theo tu học.

Ngài tu viện trưởng thường lấy làm hài lòmg về sự tiến bộ trong việc tu học của tăng chúng. Tuy nhiên, trong khi các bạn đồng môn tu tập nghiêm túc thì vị tu sĩ vốn dòng hoàng tộc chỉ lo ăn ngủ và đi dạo chơi loanh quanh chẳng làm gì.

Theo nội qui của tu viện, mỗi tu sĩ đều phải luân phiên tụng niệm những bài kinh mà họ đã học thuộc từ trước. Nhưng *Bhusuku* không hề nhớ một đoạn kinh nào, lại thường trễ nãi trong việc công phu.

Tu viện trưởng bèn cảnh cáo *Bhusuku* và bảo rằng nếu ông còn vi phạm Thiền qui thì sẽ bị trục xuất.

Bhusuku không nhận lỗi lầm lại còn chống chế: "Bạch thầy! Tôi nào có phạm lỗi gì. Nếu tôi bị đuổi thì thật là điều bất công. Lý do đơn giản chỉ là tôi không phải người nhai lại như con vẹt."

Tuy nhiên, ngài tu viện trưởng vẫn kiên quyết rằng nếu *Bhusuku* còn tái phạm sẽ bị trục xuất ngay.

Sự giải đãi của *Bhusuku* từ lâu đã bị các tăng chúng phê phán nên lần này họ rất mong đợi cái giây phút mà *Bhusuku* nhận lãnh hình phạt.

Một đêm trước khi đến thời công phu của *Bhusuku* thì ngài tu viện trưởng đến chỗ của *Bhusuku* khuyên bảo: "Lâu nay ngươi ăn ngủ quá nhiều, mà lẽ ra ngươi phải tinh tấn tu tập mới là điều tốt. Nếu ngươi không thể học thuộc kinh để cầu nguyện thì ắt phải bị trục xuất ra khỏi thiền môn. Ta giúp ngươi lần cuối. Đêm nay ngươi nên trì tụng chân ngôn *Văn-thù*, thần chú của vị Bồ Tát Đại Trí, không được ngủ nghỉ."

Nói xong, ngài truyền mật pháp Văn Thù thiền định cho *Bhusuku*.

Sau khi ngài viện trưởng lui về, *Bhusuku* cột cổ áo lên trần nhà để khỏi bị ngã và để khỏi ngủ quên. *Bhusuku* khởi sự trì chú *Văn-thù* suốt đêm, đến gần sáng thì liêu phòng của ông tràn ngập ánh hào quang rực rỡ và Bồ Tát Đại Trí *Văn-thù-sư-lợi* hiện ra hỏi ông: "Mục đích cầu nguyện của ngươi là gì?"

"Ngày mai đến lượt công phu của tôi nhưng tôi không thuộc dòng kinh nào. Vì vậy tôi trì chú này để mong được Bồ Tát giúp tôi."

"Ngươi không nhận ra ta sao?"

"Thưa, thật tình tôi không nhận biết ngài là ai."

"Ta chính là Bồ Tát *Văn-thù*."

"Cúi xin Bồ Tát ban cho tôi trí huệ thiện xảo của ngài."

"Ta chấp nhận. Vậy, ngày mai ngươi cứ thực hiện nhiệm vụ của mình."

Nói xong, Bồ Tát *Văn-thù* biến mất.

Sáng hôm sau, đến lượt *Bhusuku* hành lễ. Theo lệ thường đức vua *Devapala* cùng quần thần và dân chúng mang hương hoa đến để dâng cúng trong buổi lễ. Mọi người đều thấp thỏm chờ xem sự thất thố của ông tăng thường ngày vốn tỏ ra giải đãi.

Khi *Bushuku* đến nơi, sư yêu cầu mọi người mang đến cho sư một cái lọng cái để che đầu rồi bước lên pháp toà một cách tự tin.

Ngay khi sư vừa nhóm chân bước, toàn thân tự nhiên bay bổng và phát ra ánh sáng, đồng thời cửa chánh điện tự động khép lại khiến mọi người đều rúng động tinh thần.

Sư xoay người hỏi đức vua: "Các ngươi muốn ta đọc kinh nhật tụng hay muốn nghe ta thuyết pháp?"

Các nhà thông thái, đức vua cùng quần thần nghe sư hỏi như thế liền bật cười. Vua phán: "Thói quen ăn uống, ngủ nghỉ của đại sư thật lạ thường. Quả nhân cho rằng ngài nên đọc bài kinh riêng của ngài."

Bhusuku liền đọc một lúc mười phẩm trong bộ kinh *Con đường giác ngộ* (*Boddhicanjavatra*). Đọc xong, toàn thân sư bay bổng giữa không trung.

Mọi người tung hoa tán thán công đức của sư. Họ bảo nhau: "Đây không phải là một *Bhusuku* giải đãi, lười biếng, ham ăn, mê ngủ. Đây là một vị thánh tăng. Chúng ta nên tôn vinh ngài làm tu viện trưởng."

Nhưng *Bhusuku* từ chối lời đề nghị. Sư cúng dường những thứ mình có cho tu viện, rồi bỏ đi đến một thành phố khác.

Đến *Dhokiri*, một thành phố có hai trăm năm chục ngàn hộ dân cư, sư tự làm cho mình một thanh gươm bằng gỗ, bên ngoài mạ vàng trông giống như một bảo kiếm thực sự. Sư đến hoàng thành xin được làm lính canh, nhà vua đồng ý và trả cho ngài tám đồng tiền vàng mỗi ngày. Vào thời ấy, số tiền lương này rất có giá trị, và ngài lưu lại cung điện này suốt mười hai năm.

Mặc dù ở địa vị lính canh nhưng *Bhusuku* vẫn luôn luôn tu tập.

Bấy giờ trời đã vào thu, là lúc dân chúng trong vùng đón mừng lễ hội Đại Mẫu *Umadevi* nên *Bhusuku* thường cùng các đồng liêu đi tuần canh để giữ gìn trật tự.

Một hôm, đám lính canh đang lau chùi vũ khí, một người trong bọn họ phát hiện ra vũ khí của *Bhusuku*, nay có tên là *Shantideva*, dường như được làm bằng gỗ.

Họ trình tấu mối nghi ngờ của họ lên nhà vua. Nhà vua cho vời *Shantideva* đến và ra lệnh: "Tên lính canh kia! Hãy đưa gươm của người cho ta xem."

"Tâu bệ hạ! Điều này rất nguy hiểm."

"Hãy làm theo lệnh của ta. Ta sẽ chịu trách nhiệm nếu có điều gì xảy ra."

Cuối cùng *Santideva* đành phải tuân lệnh. Ngài nói: "Vậy xin bệ hạ và tất cả mọi người hãy dùng tay che một con mắt."

Mọi người lấy làm lạ nhưng đều nghe theo, *Santideva* đưa tay tuốt gươm. Tức thì, một luồng ánh sáng rực rỡ chói lòa phát ra từ thanh kiếm làm cho tất cả mọi người có mặt ở đó đều mù đi một mắt.

Bọn họ kinh hãi, khóc lóc quì xuống trước *Santideva*, cầu xin ngài tha tội.

Santideva dùng tay xoa nhẹ lên mắt họ, lập tức họ trông thấy như cũ. Nhà vua lấy làm cảm kích, thỉnh cầu ngài ở lại hoàng cung làm quốc sư.

Nhưng một lần nữa nhà sư chối từ địa vị cao quí ấy và giã từ xứ *Dhokiri* để đi đến trú ngụ tại một hang động xa xôi hẻo lánh trên một dãy núi cao.

Một hôm, những người đốn củi bắt gặp ngài đang giết những con nai để ăn thịt bèn về tâu lại với nhà vua.

Lấy làm ngạc nhiên, vua cùng một số quân hầu đến nơi *Santideva* trú ngụ để tìm hiểu sự tình.

"Ngài là bậc đạo hạnh, cớ sao lại còn ra tay sát hại chúng sinh."

"Ta không phải là kẻ hàng thịt. Ta chỉ chữa bệnh cho chúng mà thôi."

Nói xong, sư mở cửa hang, bầy thú chạy ùa ra ngoài nắng ấm, trông chúng to lớn gấp bội những con nai bình thường.

Chúng chạy nhảy tung tăng khắp nơi rồi biến mất sau dãy đồi. Sư quay lại bảo: "Các người nên hiểu rằng, tất cả những gì các ngươi thấy biết, cảm thọ cũng chỉ là mộng huyễn và ảo tưởng. Các pháp không có tự thể. Nếu các ngươi thông đạt lý ấy thì được giải thoát."

Đoạn *Santideva* cất tiếng hát:

Con thú mà ta giết lấy thịt
Không hề hiện hữu trên thế gian này
Không hề đến, không hề đi
Cũng như các hiện tượng khác
Thực tướng của kẻ đi săn và con mồi là gì?
Than ôi! Các ngươi thật tội nghiệp
Đã gọi ta là ông sư giải đãi

Santideva làm lễ quy y cho nhà vua và đoàn tùy tùng, dạy phép thiền định và truyền cho họ chân ngôn *Văn-thù*.

Đại sư thứ 42 - *Indrabhuti*
Ông hoàng giác ngộ

Ngay lúc thuận duyên nhất
Y cũng không thể giác ngộ
Nếu như không có sự cứu độ
Của một bậc đạo sư
Không có một vật gì ở trong hay ở ngoài
Có thể làm cho một nhà Du-già tỉnh thức
Không có sự phân biệt giữa Niết-bàn và Phật
Hãy cắt đứt những hệ phược
Thì nhận ra bản chất của Niết-bàn.

Truyền thuyết

Vùng *Oddiyana* ngày xưa chia làm hai vương quốc: *Sambhola* và *Lankapuri*. Đức vua *Indrabhuti* đứng đầu xứ *Sambhola*, còn xứ *Lankapuri* do đức vua *Jalendra* cai trị.

Vua *Indrabhuti* có người em gái lên bảy tuổi, tên gọi là *Laksminkara*. Tuy cô còn bé nhưng dung nhan mỹ miều nên ông vua xứ láng giềng *Jalendra* muốn xin cưới cho con trai của mình.

Jalendra gửi sứ điệp sang vương quốc *Sambhola* nói rõ ý định của mình. Sau khi tiếp nhận điệp văn của vua xứ *Lankapuri*, cả triều đình luận bàn rằng trở ngại duy nhất của cuộc hôn nhân là sự khác biệt về tín ngưỡng: một bên thờ Phật còn bên kia thì thờ Phạm Thiên, cho nên cách tốt nhất là để đôi bên trai gái có cơ hội tìm hiểu và cần có thời gian để san bằng các dị biệt.

Tuy nhiên, *Indrabhuti* vẫn cho phép họ đính hôn với nhau.

Năm năm sau, hoàng tử xứ *Sambhola* đến viếng thăm hôn thê của mình, *Laksminkara*. Trước khi vị hoàng tử trở lại cố quốc, vua *Indrabhuti* ban cho chàng rất nhiều vàng, bạc, ngựa, voi.

Vua *Jalendra* lấy làm ngạc nhiên khi không thấy cô dâu theo về cùng, nhưng ngài cũng tỏ ra hài lòng khi hoàng tử giải thích rằng cô dâu còn quá nhỏ để có thể rời bỏ gia đình.

Vua *Indrabhuti* có rất nhiều thê thiếp và tất cả các bà phi này đều là tín đồ đạo Phật.

Nhân một hôm chân sư *Kambala* du hành đến xứ *Sambhola*, các bà phi cùng quận chúa *Laksminkara* ra đón tiếp ngài để được thụ pháp.

Sau khi được điểm đạo, quận chúa tu tập rất miên mật

cho tới tuổi mười sáu thì vua *Janlendra* sai người sang đón về nhà chồng.

Nhưng khi đến xứ *Lankapuri*, quận chúa đã tìm cách thoát thân và trốn vào một hang động để tu tập cho tới lúc hoàn toàn chứng đắc.

Vua *Indrabhuti* nghe tin em gái bỏ trốn, ngài tự nhủ thầm: "Em gái ta non dại mà còn giác ngộ Phật pháp một cách sâu sắc như vậy. Ta nghĩ thật là hổ thẹn cho bản thân."

Suy nghĩ như thế, vua bèn thoái ngôi, giao lại ngai vàng và công việc triều chính cho người con cả, còn bản thân ngài đi đến một lâu đài nhỏ để tu tập trong 12 năm thì đắc thần thông *Đại thủ ấn*, nhưng không một ai biết được sự thành tựu này.

Một ngày nọ hoàng tử cùng đoàn tùy tùng đến vấn an vua cha, khi họ định mở cửa thì một giọng nói từ trên cao vọng xuống: "Không cần vào! Ta ở trên này."

Mọi người nhìn lên, thấy đức vua ngự trên ngai vàng ở giữa hư không.

Họ sung sướng rạp mình đảnh lễ. Ngài *Indrabhuti* ngự giữa không trung suốt bảy ngày để thuyết giảng diệu pháp cho con trai và đoàn tùy tùng.

Đại sư thứ 43 - *Mekopa*

Người có tia nhìn dữ dội

Chân sư truyền:
"Hãy nhận ra bản chất của tâm ngươi"
Đoạn ngài nói: Chớ phân biệt các pháp
Hãy kết bạn với "kẻ không hai"
Hãy sống nơi mộ địa
Ngươi sẽ nhận ra nguyên lý "nhất như"
Hãy đi vào cuộc đời
Khật khùng như bậc thánh

Truyền thuyết

Mekopa làm nghề bán cơm, nhưng ông tốt bụng và thường ngày hay cúng dường cho một nhà sư *du-già*.

Một ngày nọ, nhà sư *du-già* hỏi lý do vì sao *Mekopa* đối xử với ông như vậy. *Mekopa* đáp: "Tôi đang tích lũy công đức để mong đời sau được khá hơn."

"Nếu muốn thế, ngươi nên tu tập thiền định."

Rồi Sư làm phép hoán nghiệp, điểm đạo cho *Mekopa* và truyền tâm pháp. Sư nói:

Tâm ngươi là ngọc như ý
Niết-bàn, địa ngục là đây.
Biết và không biết là hai,
Cả hai vốn từ đâu tới?

Kìa! Vũ trụ trong tâm ngươi
Không tăng không giảm
Vì các pháp là ảo ảnh
Mê muội cho là thật
Nên bị trói buộc mãi.

Mekopa liền nhận ra rằng tất cả các hiện tượng chỉ là những mảnh vụn trong tâm, mà tâm của ngài là không gian bao la vô tận, không một vật đến và không một vật đi.

Ngài trụ trong trạng thái định tưởng như thế suốt sáu tháng.

Sau khi xuất định, *Mekopa* đi lang thang khắp nơi, khi ở mộ địa, khi ở trong nội thành, hành vi bí hiểm, đôi mắt lúc nào cũng lấp lánh ánh sáng dữ dội.

Ngài hoằng pháp khắp nơi và hóa độ vô số đệ tử.

Đại sư thứ 44 - Kotalipa

Người bán rong

Tất cả niềm vui và đau khổ phát xuất từ tâm
Hãy vâng lời chân sư đào xới mảnh đất tâm
Ngay cả một bậc trí còn khổ nhọc
Lao động quên mình trên núi đá
Nhưng chẳng hề nhận ra Niết-bàn nơi tâm mình
Giác thức nằm một góc trong tâm
Sáu trần cảnh là một dòng lạc thú
Các ảnh tượng mơ hồ là vô ích
Chúng chỉ là nguyên nhân của âu lo
Vì vậy hãy xả thiền
Và nghỉ ngơi trong gió mát của thiên nhiên

Truyền thuyết

Kotalipa gặp được chân sư *Santipa* trong khi ông đang khai hoang vỡ đất ở một vùng núi cao. Lúc ấy đại sư *Santipa* đang trên đường từ *Sri Lanka* trở về quê nhà ở *Ma-kiệt-đà*.

Rời khỏi vùng *Ramesvaram* bốn ngày đường thì *Santipa* gặp *Kotalipa*. Ông này dừng tay làm việc, nhìn vị đại sư đi ngang qua.

Santipa cũng nhìn thấy, liền gọi *Kotalipa* đến gần và hỏi thăm. *Kotalipa* chắp tay vái chào và đáp: "Tôi là người dân nghèo, vì chiến tranh nên trôi dạt đến vùng này. Ngày ngày khai hoang vỡ đất để trồng trọt sống qua ngày."

Đại sư nói: "Ta có một câu thần chú dùng để đào núi, lấp sông. Ngươi có muốn nhận lấy để tu tập không?" *Kotalipa* vui sướng nhận lời.

Sư ngửa mặt lên trời nói: "Bởi vì tất cả khổ vui đều từ tâm ngươi sinh ra, nên phải luôn giữ cho tâm được thanh tịnh. Bản chất thanh tịnh trong tâm ngươi cũng không hề thay đổi như ngọn núi kia vậy. Niềm vui và nỗi buồn chỉ là những chức năng của tâm. Ngươi có thể xẻ núi, lấp sông, nhưng có thể không bao giờ ngươi nhận ra được bản chất thanh tịnh an lạc của tâm."

Kotalipa thiền định theo lời dạy của sư sau 12 năm thì chứng đắc.

Đại sư thứ 45 - Kamparipa

Người thợ rèn

Thân ta là bể rèn
Đốt hòn than vọng tưởng
Thổi hơi vào hai ống
Nhâm mạch và đốc mạch
Nhóm lửa thanh tịnh thức
Đốt chảy sắt ba độc
Ta rèn được pháp giới
Chân lý là đây rồi.

Truyền thuyết

Đối với *Kamparipa*, nghề rèn vốn là một công việc cha truyền con nối, nên từ khi lớn lên ông đã kiếm sống bằng nghề ấy.

Nhân một hôm có nhà sư *Du-già* đến viếng thăm, *Kamparipa* tâm sự: "Tôi đang làm công việc mà từ đời ông đến đời cha tôi đã làm."

Vị sư hỏi: "Ngươi có cảm thấy sung sướng và hài lòng với công việc thường ngày không?"

"Làm thế nào mà sung sướng được! Suốt ngày sức nóng của than hồng làm rát bỏng cả mặt mũi tay chân. Tôi chẳng qua bất đắc dĩ phải làm nghề này để kiếm sống qua ngày mà thôi."

"Vậy ngươi có thể cho ta một ít thức ăn được chăng?"

Hai vợ chồng người thợ rèn cảm thấy ngạc nhiên khi thấy vị sư xin thức ăn từ những người ở giai cấp hạ tiện như họ, nhưng họ cũng vui vẻ cúng dường cho sư.

Ăn xong, sư hỏi họ có muốn nhận lãnh Phật pháp hay không. Họ cung kính thưa: "Không ai hạ mình truyền trao giáo pháp cho những người dân nghèo khổ bần cùng như chúng tôi, thưa đại sư."

"Không sao, nếu các ngươi phát nguyện tu tập, ta sẽ truyền cho giáo pháp Đại thừa."

Nghe nói, hai vợ chồng vui mừng đảnh lễ vị đạo sư của họ. Sư làm phép khai tâm điểm đạo, truyền cho họ phương pháp thiền định và cách thức để khai mở các luân xa.

Sư nói: "Các ngươi có thể sử dụng các vật thường ngày làm đối tượng thiền định. Hai ống thụt là hai luồng hỏa hầu. Tim là trung tâm lực, ý thức là thợ rèn, giác thức thanh tịnh là lửa, sắc ý là than. Đập sắt ba độc cho đến khi chúng trở nên niềm vui thanh tịnh.

Hãy lấy việc làm thường ngày làm thiền định
Hai ống thụt là hai luồng hoả hầu
Lalana nằm bên phải
Rasana nằm bên trái
Đốt sắc ý cho tan chảy
Rót vào huyệt đạo Avadhuti
Lửa giác ngộ làm tan chảy ba thanh sắt độc
Tan vào pháp giới vô tận

Đại sư thứ 46 - *Jalandhara*
Người được chọn

Hãy tự ban phép lành
Gom cả ba thế giới
Nhốt vọng tưởng vào trong
Lalana bên phải
Rasana bên trái
Dưới cùng Avadhuti

Truyền thuyết

Jalandhara là người thuộc giai cấp *bà-la-môn*, vì chán ghét cảnh đời nên thường hay ra nơi mộ địa ngồi trầm tư về cuộc đời.

Một hôm, trong lúc mãi tư duy trong một trạng thái thanh tịnh, *Jalandhara* chợt nghe giọng nói của Kim Cương Thánh Nữ từ trên không vọng xuống: "Này con! Ta chúc con có thể hiểu được chân lý rốt ráo."

Jalandhara lấy làm vui mừng, liền nỗ lực niệm danh hiệu của Thánh Nữ cho đến lúc bà hiện ra trước mặt và truyền cho ngài tâm pháp.

Thánh nữ dạy rằng: "Trước hết con hãy gom ba cõi và tất cả các pháp hữu vi cũng như vô vi, có tướng và không tướng, nhốt chúng trong cái lồng làm bằng ba nghiệp (*thân, khẩu, ý*). Biến tất cả thành một khối tan chảy vào các luân xa. Chuyển hai luồng hỏa hầu (*lalana* và *rasana*) vào trung tâm lực (*Avadhuti*) và cho thoát ra ở cổng thanh tịnh trên đỉnh đầu. Sau đó, quán tánh bất khả phân ly của các pháp và không tánh, như tánh ướt không lìa khỏi nước."

Những lời dạy ẩn dụ thật là khó hiểu đối với một người bình thường, nhưng *Jalandhara* được thiên nữ khai quang điểm nhãn nên ngài mau chóng hiểu nghĩa của pháp môn.

Sau 7 năm tu tập miên mật thì ngài chứng đắc thần thông *Đại thủ ấn*.

Đại sư thứ 47 - *Rahula*
Con người lẩn thẩn

Rahula, con người kỳ diệu
Là hành tinh rồng che khuất ánh sáng trăng
Rahula của tri kiến giải thoát và bất nhị
Che khuất vầng sáng của hiện tượng tương đối

Truyền thuyết

Rahula sinh ra và lớn lên ở vùng *Kamarupa*. Tuổi già khiến Ông trở nên lẩm cẩm và thường đau yếu. Điều này khiến mọi người trong gia đình thường phàn nàn và xem ông như một gánh nặng.

Rahula cảm thấy khốn khổ và lo lắng về việc hậu sự. Ông thường hay lang thang ở khu mộ địa với hy vọng tìm được một chân sư để giúp ông tu tập hầu sau khi tái sinh có được một cuộc sống tốt đẹp hơn.

Và dịp may đã đến, *Rahula* thổ lộ nỗi lòng với vị sư *Du-già*: "Thưa thầy! Thời thanh xuân của tôi đã qua, cái già sồng sộc kéo đến, bệnh tật lúc nào cũng đe doạ, cái chết chưa biết đến lúc nào. Đám con cháu của tôi lại tỏ ra khinh nhờn, láo xược. Giờ tôi chỉ mong được bình yên đón chờ cái chết."

Vị sư nói: "Đúng vậy! Đúng vậy! Nay ông đã già. Ba dòng thác sinh, già, bệnh đã cuốn ông đi. Không bao lâu nữa, cơn bão chết sẽ dứt mạng sống của ông. Chẳng hay ông có muốn đem theo gì vào cõi chết?"

"Thưa thầy, nếu được thì điều con muốn là sự bình an."

Vị sư liền đọc kệ:

Tâm không già, không chết
Tâm không mất, không còn
Tâm không đến, không đi
Muốn ngộ được bản tâm
Y pháp ta tu tập

Rồi sư khai tâm cho *Rahula* và dạy: "Hãy vận tâm quán tưởng một chữ A ngay trên đỉnh đầu của ngươi.[1] Từ chữ A ấy lưu xuất một vầng sáng như trăng rằm và hãy tưởng tượng các pháp đều đi vào vầng sáng ấy."

Rahula nghe xong cung kính đảnh lễ sư.

Từ đó, ông siêng năng tu tập cho đến khi đạt thần thông *Đại thủ ấn.*

---

[1] Ở đây nói đến chữ A (अ) trong Phạn ngữ (Sanskrit).

Đại sư thứ 48 - Dharmapa
Học giả uyên bác

Hãy rót dầu cảm xúc
Vào ngọn đèn hiện tượng
Thắp ngọn bấc sáu trần
Lửa thanh tịnh bất nhị
Đốt ý tưởng vu vơ

Truyền thuyết

Dharmapa là một nhà hiền triết xứ *Bhodhinagar*, đã dành trọn cuộc đời để nghiên cứu và quảng bá phương pháp thiền định của riêng ông.

Nhưng khi tuổi đã xế chiều, ông cảm thấy hình như bản thân ông vẫn còn thiếu sót một điều gì. Và có lẽ đó là một vị chân sư.

Ông cứ ưu tư mãi về chuyện ấy. Một đêm nằm mộng, *Dharmapa* thấy một vị Kim Cương Thánh Nữ dạy cho phương cách thiền định.

Từ điểm lành ấy, ông nỗ lực cầu nguyện và quán tưởng hảo tướng của vị thánh nữ ấy cho đến lúc bà hiện hình trước mặt ông.

Vị thánh nữ làm lễ quán đảnh cho ông và đọc bài kệ như sau:

Các pháp là ngọn đèn
Sắc ý là dầu,
Cảm thọ là bấc
Đốt ngọn lửa trí huệ
Rót dầu vọng tưởng vào đèn ý
Đốt bấc cảm thọ bằng lửa huệ
Ngọc như ý là đây

Sau sáu năm tu tập thì *Dharmapa* chứng đắc thần thông Đại thủ ấn.

Đại sư thứ 49 - *Dhokaripa*
Người mang bình bát

Trời đất mênh mông
Chứa đầy trong bình bát
Tri giác là các pháp
Các pháp bất khả phân
Chân như là tuệ giác.

Truyền thuyết

Dhokaripa là hành khất ở thành Hoa Thị (*Pataliputra*). Ông luôn mang theo bên mình một chiếc bình bát. Mỗi khi xin được thứ gì, *Dhokaripa* đều bỏ vào trong ấy.

Một hôm, đi khất thực suốt buổi nhưng *Dhokaripa* vẫn không có gì để bỏ vào bình bát. Ông chán chường, dừng chân ngồi nghỉ đưới một gốc cây. Nơi đây xuất hiện một nhà *Du-già* đến gần yêu cầu ông chia sẻ một ít vật thực để lót dạ, nhưng *Dhokaripa* lấy làm tiếc vì không có gì để cúng dường. Dù vậy, nhà sư vẫn hoan hỷ dạy:

Này Dhokaripa!
Hãy bỏ tất cả kiến thức của ngươi
Vào trong bình bát rỗng
Và quán tưởng
Cả hai là một.

Dhokaripa nhận được chân lý ấy. Ngài tu tập theo lời dạy trong 3 năm thì chứng đắc. Từ đó, ngài vẫn luôn mang theo bên mình chiếc bình bát, và mỗi khi có ai hỏi đến, ngài đều đáp:

Đây là chiếc bình bát rỗng
Ta chỉ nhận của cúng dường thanh tịnh
Vì thanh tịnh là niềm vui của ta
Lành thay! Người biết được bí mật
Bí mật của Dhokaripa
Chỉ là chiếc bình bát rỗng

Đai sư thứ 50 - *Medhini*

Người nông dân mệt mỏi

Thông qua tuệ giác của sự hiểu biết bẩm sinh
Và phương tiện thiện xảo của giáo pháp
Vì nền tảng ấy là bản chất thật của chúng sanh
Niềm tịnh lạc khởi lên, nghĩa là đến đích

Truyền thuyết

Medhini là nông dân ở thành Hoa Thị, tình cờ gặp được chân sư của mình trên cánh đồng mà ông đang cày bừa.

Sư truyền pháp cho ông, nhưng vì cuộc sống bận rộn khiến ông không thể thực hành thiền định như ý muốn. *Medhini* bèn tìm đến thầy bày tỏ trở ngại.

Sư nói:

Ý thức là cái cày
Cảm thọ là bò kéo
Cày cánh đồng nhân duyên
Gieo hạt giống trí huệ
Thu hoạch vui thanh tịnh.

Medhini lãnh hội được ý thầy, bèn quay về tu tập. Sau 12 năm thì chứng đắc.

Đại sư thứ 51 - Pankajapa

Bà-la-môn thác sanh từ hoa sen

Bơ vơ giữa cuộc đời
Không một chút kiến thức
Làm sao phân biệt được
Đá quí với thủy tinh
Nhưng với sự nhận thức
Và được sự hướng dẫn của một chân sư
Chúng cũng chẳng khác gì nhau
Vì ánh sáng của mặt trăng, mặt trời
Cũng chỉ là tia chớp của loài đom đóm

Truyền thuyết

Mặc dù *Pankajapa* thuộc giai cấp *bà-la-môn*, nhưng tương truyền ông sinh ra từ một đoá sen trong một cái hồ lớn ở vùng xa xôi hẻo lánh.

Cách hồ ấy không xa có một bức tượng của đức Bồ Tát Quán Thế Âm. Nhưng những người *bà-la-môn* lại lầm tưởng là tượng của Đại Phạm Thiên Vương, nên họ thường lui tới để lễ bái cúng dường.

Theo phong tục bản xứ, mỗi tín đồ đều mang ba nhánh hoa đến cúng dường trước tượng, sau đó lấy một nhánh đặt lên đầu để được ban phúc.

Một ngày nọ, đại sư Long Thụ đi ngang qua đền. Ngài ghé lại và cúng dường lễ bái thánh tượng của Bồ Tát.

Đức Quán Thế âm Bồ Tát thị hiện thâu nhận lễ vật và lấy một cành hoa đặt lên đầu đại sư Long Thụ. *Pankajapa* chứng kiến việc lạ ấy, lấy làm ngạc nhiên và ganh tị.

Ông bảo với ngài Long Thụ: "Ta lễ bái cúng dường bức tượng này suốt 12 năm nhưng chưa hề được ân huệ như thế. Lẽ nào ngươi chỉ lễ bái có một lần duy nhất mà đã được ban phúc."

Ngài Long Thụ đáp: "Ý nghĩ của ngươi thật bất tịnh. Điều này không phải lỗi ở ta."

Pankajapa chợt hiểu rằng mình đã sai, bèn dập đầu xuống đất cầu ngài Long Thụ thu nhận làm đệ tử.

Đại sư nhận lời và điểm đạo cho ông:

Từ bi là niềm vui sướng vô biên
Vì vậy, bậc thánh nhân không phân biệt
Kẻ thân hay người sơ
Như cơn mưa lớn tưới khắp muôn nơi
Đó là trí tuệ của đức Quán Thế Âm Bồ Tát

Đại sư thứ 52 - *Ghantapa*
Người rung chuông

Tự ban phép lành cho chính mình
Bằng cách buộc tâm ở ba nơi
Kinh lalana ở bên phải
Kinh rasana ở bên trái
Avadhuti ở ruột cùng
Để nắm bắt được chân lý
Kẻ trí giả cần quan tâm đến ba điều:
Chân sư - tâm - và hiện tượng

Truyền thuyết

Ghantapa vốn là tu sĩ của một đại tu viện thuộc vùng Sri Nalanda. Ngài nổi tiếng là người giữ gìn giới luật tinh nghiêm và thông thạo về *Ngũ minh môn*.

Chẳng bao lâu, ngài rời *Nalanda* đi vân du đây đó để hoằng dương chánh pháp, làm lợi lạc quần sanh và thực hành hạnh vô ngã, cũng là để mở rộng tầm hiểu biết về mọi mặt.

Vào thời đó, hoàng đế *Devapala* do công đức đời trước nên cai trị một vương quốc giàu có và thịnh vượng gồm một triệu tám trăm ngàn hộ dân, cùng với hai nước chư hầu khác là *Kamapura* và *Bengal.*

Xứ *Kamapura* có chín trăm ngàn hộ, xứ *Bengal* có bốn trăm ngàn hộ, tổng cộng ngài cai trị cả thảy ba triệu một trăm ngàn hộ dân.

Thủ phủ *Pataliputra* là nơi mà đạo sư *Ghantapa* đến truyền bá đạo pháp. Thường ngày ngài đi khất thực và về nghỉ ngơi dưới một bóng cây đại thụ.

Một hôm, hoàng đế bàn với hoàng hậu rằng: "Tất cả các pháp đều vô thường. Tất cả chúng sinh đều phải chịu khổ đau. Tất cả những thấy biết, cảm thọ trong cuộc sống thật là vô nghĩa. Đối với công việc triều chính, ta đã chu toàn trách nhiệm, ta đã trải rộng biên cương, lo cho dân lành một cuộc sống bình yên, no đủ. Vậy chúng ta có nên cúng dường những thứ vật thực cần thiết cho tăng chúng để tích lũy thêm công đức cho đời sau chăng?"

Hoàng hậu nghe qua bèn tâu: "Trong nhiều đời thuộc quá khứ, bệ hạ đã từng cúng dường cho các thánh tăng, nên đời này mới được hưởng phước báo. Cớ sao chúng ta lại không tiếp tục tạo dựng công đức cho đời nay lẫn đời sau? Thần thiếp nghe nói rằng hôm nay có một du tăng từ phương xa đến. Có lời đồn rằng ngài là một bậc đạo hạnh, trí huệ thông suốt như một bậc thánh. Ngài chẳng có gì quí giá ngoài những vật dụng cần thiết và một tấm tọa cụ. Thường ngày ngài đi khất thực loanh quanh. Vậy, ta nên thỉnh ngài đến hoàng cung để dự đại tiệc. Chúng ta sẽ thết đãi ngài tám mươi bốn món ăn chính, mười bốn loại thịt ngon, rượu bồ đào và năm loại thức uống khác. Chúng ta sẽ thay chiếc đèn cũ kỹ của ngài bằng ánh sáng lấp lánh của những viên kim cương. Và rồi, chúng ta sẽ dâng ngài tất cả những thứ giải trí mà vương quốc của chúng ta có thể mang lại."

Nhà vua nghe qua những lời của hoàng hậu liền hoan hỷ chuẩn y.

Sáng hôm sau, vua sai quân hầu đến thỉnh sư. Nhưng ngài từ chối, sứ giả đành phải quay về báo lại với đức vua.

Hôm sau nữa, đức vua đích thân đi thỉnh sư. Khi nhà vua đến nơi, ngài cúi mình đảnh lễ sư và muốn biết lý do vì sao sư từ chối lời mời đến hoàng cung. Sư đáp: "Bệ hạ bất tất phải phiền luỵ đến thế."

"Quả nhân vì kính tín đại sư nên mới thân hành đến đây. Mong đại sư quá bước đến hoàng cung."

"Vương quốc của bệ hạ đầy rẫy những điều tác tệ. Ta không đến đâu."

"Cúi mong đại sư hoan hỷ lưu lại với chúng tôi một năm thôi."

Mặc cho đức vua nài nỉ, *Ghantapa* vẫn một mực từ chối không chịu đến viếng hoàng cung, dù chỉ một ngày. Sư bảo: "Nhà vua đi, đứng, nằm, ngồi đều không tránh được tội lỗi. Thật bất tịnh, nên ta dứt khoát không nhận lời mời."

Thế là, nhà vua đành phải quay về. Nhưng rồi ngày nào ngài cũng đến vấn an sư, với hy vọng sư sẽ đổi ý. Và cứ như thế trong suốt bốn mươi ngày nhưng không đem lại kết quả gì.

Cuối cùng nhà vua và hoàng hậu cảm thấy bị xúc phạm quá đáng. Ngọn lửa sân hận bùng cháy trong tâm thức họ.

Vua hạ chiếu rao truyền khắp nơi rằng, người nào có thể phá được phạm hạnh của sư *Ghantapa* sẽ được trao cho nửa vương quốc và được thưởng một trăm cân vàng.

Lúc bấy giờ ở kinh thành Hoa Thị (*Pataliputra*) có một mụ điếm già tên là *Darina* luôn mong mỏi có một cuộc sống giàu sang. Khi hay tin ấy bèn tìm đến hoàng cung để hiến kế.

Mụ khẳng định với nhà vua rằng mụ có thể thoả mãn yêu cầu của nhà vua và làm cho nhà sư kiêu mạn kia phải thân bại danh liệt Thế là vua chấp thuận kế sách của mụ.

Darina vốn có một thời oanh liệt ở chốn lầu xanh, mụ biết đủ trăm phương nghìn kế để quyến rủ đàn ông, lại có một cô con gái vô cùng xinh đẹp ở tuổi vừa mới cập kê.

Nàng hãy còn rất trong trắng, chưa hề bị nhiễm ô bởi cuộc đời. Nàng có một khuôn mặt tựa trăng rằm, dáng đi uyển chuyển, lời nói dịu dàng, khôn ngoan, một thân hình khêu gợi và một khuôn ngực tròn đầy. Mụ quyết định: "Ta sẽ khiến con gái ta đem ông tăng này trở lại với thế giới của dục vọng và ta sẽ phá hủy đạo hạnh của y trong mười ngày liên tục."

Thế là mụ già đi đến chỗ ở của *Ghantapa* để cúng dường. Mỗi lần đến như thế, mụ đều tỏ ra rất cung kính đảnh lễ trước ngài. Đến ngày thứ mười, mụ tiến lại gần bên sư thưa: "Bạch thầy! Xin thầy cho phép tôi được phục vụ trong suốt mùa an cư này."

Ghantapa không hề quan tâm đến mụ. Nhưng từ ngày này sang ngày khác, mụ cứ theo nài nỉ xin được phục vụ ngài và cuối cùng mụ cũng được sự đồng ý của sư.

Darina lấy làm vui mừng liền bày ra một cuộc tiệc để ăn mừng cái gọi là sự thành công bước đầu của mình. Mụ ngâm nga luôn miệng:

Mánh khoé của một cô gái
giúp nàng thực hiện ước mơ.
Sức quyến rũ của nàng
là vũ khí vô cùng lợi hại.

Mụ nhủ thầm: "Bằng mưu mẹo ta có thể lừa phỉnh cả thế gian này, sá chi một nhà sư."

Thế là mụ điếm già cố tìm cách phô trương năng lực của mình. Khi mùa an cư bắt đầu, *Ghantapa* bảo với mụ rằng chỉ nên sai các người nam mang vật thực đến cúng dường. Tuy nhiên, sư không đề cập với mụ việc không cho người nữ đến phục vụ. *Darina* bèn ưng thuận.

Trong hai tuần lễ đầu, mụ sai toàn những thanh niên mang vật thực gồm gạo và nước suối đến cúng dường.

Nhưng đến ngày thứ mười lăm, mụ chuẩn bị một bữa tiệc lớn. Mụ sửa sang, trang điểm cho cô con gái ăn vận lộng lẫy như một nàng công chúa, đoạn sai nàng cùng năm mươi thanh niên mang thật nhiều vật thực đến cúng dường sư.

Mụ căn dặn con gái khi đến nơi phải đứng từ xa quan sát vị trí túp lều của sư. Cô gái vâng theo lời mẹ và cố gắng ghi nhớ những lời mẹ dặn.

Sau khi đám thanh niên ra về, cô gái tìm cách lén vào bên trong căn lều của *Ghantapa*.

Khi nhà sư từ trong rừng trở về, ngài thấy vắng đi những người hầu nam và ngài lấy làm ngạc nhiên khi thấy một thiếu nữ ăn vận sang trọng như một công nương đang ở trong chỗ ở của ngài.

Sư thắc mắc hỏi cô gái: "Chuyện gì đã xảy ra với các chàng trai vậy?"

"Thưa thầy, họ không có thời gian lưu lại nên tiện thiếp phải ở lại để phục vụ ngài."

Sư ăn xong bữa, nhưng cô gái vẫn cứ nán lại không chịu ra về.

Mãi đến khi sư nghiêm khắc xua nàng về, cô gái liền đáp:

"Trên trời có những đám mây ngũ sắc, thiếp e rằng trời sắp đổ mưa, vì vậy thiếp phải nán lại."

Cô gái lưu lại cho đến khi mặt trời lặn khuất chân trời. Cuối cùng cô nói: "Mặt trời đã tắt nắng mà tôi không có người đi cùng để hộ vệ. E rằng đi một mình giữa đêm tăm tối sẽ bị cướp mất tư trang và thiệt hại đến tính mạng."

Đến lúc này không thể từ chối được nên sư đồng ý cho cô ngủ lại ở bên ngoài căn lều.

Nhưng khi đêm đến, cô gái giả vờ hoảng sợ kêu khóc ầm ĩ. Không biết làm sao hơn, sư đành để cho cô vào bên trong để ngủ.

Túp lều lại quá nhỏ dành cho hai người nên tất nhiên thân thể hai người phải chạm vào nhau.

Cho đến nửa đêm, thân thể hai người quyện vào nhau làm một và họ cùng nhau trải qua bốn từng lạc thú.

Sáng hôm sau, *Ghantapa* yêu cầu cô gái ở lại và họ trở thành một đôi vợ chồng. Một năm sau, đứa con của họ cất tiếng khóc chào đời.

Trong thời gian ấy, nhà vua càng trở nên mất kiên nhẫn hơn. Ngài cứ luôn hỏi thăm mụ *Darina* về việc thực hiện quỷ kế của mụ đã thành công đến đâu nhưng mụ cứ né tránh mãi.

Cho tới ba năm sau, mụ mới đến báo cho nhà vua biết kết quả của âm mưu làm hại nhà sư *Ghantapa*.

Được tin, nhà vua lấy làm hài lòng phán: "Hãy bảo với con gái nhà ngươi, trong ba ngày nữa ta sẽ đến viếng thăm nàng và nhà sư."

Đúng ngày hẹn, vua tập trung dân chúng rồi khởi hành đi đến chỗ sư *Ghantapa*.

Khi ấy *Ghantapa* bàn với người vợ: "Chúng ta nên ở đây hay nên đi sang một xứ khác?"

Cô gái muốn ra đi, vì cô sợ mọi người sẽ quở mắng và sỉ nhục cô. Vì vậy, *Ghantapa* giấu đứa bé trong tấm áo choàng, kẹp theo một bình rượu ở nách rồi dẫn vợ ra đi.

Rủi ro thay, trên đường đi họ gặp nhà vua ngay ở giữa đường. Nhà vua ngồi trên mình voi cất giọng dè bỉu: "Cái gì dưới lớp áo của thầy vậy? Và cô gái xinh đẹp này là ai?"

"Ta mang theo bình rượu và đứa bé trong tấm áo choàng là con của ta." *Ghantapa* đáp, mắt vẫn nhìn thẳng vào đức vua.

"Khi ta mời thầy đến hoàng cung, thầy từ chối, lại còn chê ta là kẻ tội lỗi. Bây giờ thầy hãy nhìn lại xem! Một thầy tu lại có vợ, có con. Rõ ràng như năm với năm là mười. Thầy là một con người đầy tội lỗi."

Sư thản nhiên đáp: "Ta vô tội. Ngươi chớ sỉ nhục ta."

Khi nhà vua lập lại lời cáo buộc một lần nữa, *Ghantapa* hất tung đứa bé và bình rượu xuống dưới đất. Nữ thần đất lúc bấy giờ cả kinh vội dùng thần thông phụt một dòng nước cực mạnh lên cao hứng lấy đứa bé và bình rượu, đặt lơ lửng giữa khối nước.

Đứa bé trở thành sấm sét và bình rượu biến thành một cái chuông (*ghanta*). Nhà sư *Du-già* và người vợ cùng biến thành hai vị thần *Samvara* và *Varahi* trong tư thế âm dương giao hoà.

Cả hai bay lên trên không trung, còn nhà vua và đoàn tùy tùng bị ngập trong làn nước.

Đám người sắp bị chết đuối sợ hãi nhìn đau đáu lên trời, gào khóc, van xin mong cứu giúp: "Chúng tôi xin quy y thầy."

Nhưng lúc ấy, *Ghantapa* đang ở trong *Phẫn nộ bất động*

đại định (*Samadhi of immutable wrath*) nên ngài vẫn giữ im lặng.

Khi mọi người sắp nguy khốn thì Bồ Tát Quán Thế Âm hiện ra, dùng một bàn chân chèn nơi chỗ đất nứt và làm cho nước trở về chỗ cũ. Thế là mọi người được cứu sống.

Họ mừng rỡ cúi lạy cầu xin sư tha tội.

Bấy giờ, có một tượng Quán Thế Âm bằng đá bỗng hiện ra ngay chỗ ấy, và cho đến ngày nay ở vị trí nơi chân của bức tượng này vẫn còn phun ra một tia nước nhỏ cao đến sáu thước.

Sư xuất định, dạy rằng:

Mặc dù dược thảo và thuốc độc
tạo ra kết quả trái ngược nhau,
Nhưng trong bản chất rốt ráo của chúng,
cả hai đều như nhau.
Giống như những thuận duyên và nghịch duyên
trên con đường tu tập,
Chúng hữu ích như nhau.
Vì vậy chớ nên phân biệt
Bậc trí giả chẳng chối bỏ điều chi
Cớ sao đứa con tinh thần lại không thừa nhận?
Nếu ngươi bị đánh độc đến năm lần,
Thì cũng bị lạc lối trong luân hồi vậy.

Qua lời giải thích của sư, nhà vua cùng mọi người từ bỏ các kiến chấp và ý tưởng sai lầm. Họ thấy được niềm tin và đồng lòng quy y pháp.

Từ đó, *Ghantapa* được mệnh danh là "*Người giữ chuông*". Danh tiếng của ngài vang dội khắp nơi.

Trong sáu kiếp thuộc đời quá khứ, cô gái luôn là người khiến cho sư phải từ bỏ Phạm hạnh thanh tịnh. Nhưng trong đời này, vì tâm phân biệt của sư không còn nữa; cấu trúc nhị phân trong tâm của ngài đã tan biến trong cảnh giới vô tận của tánh không, nên dòng tâm thức của ngài đã phát triển đến mức cùng tột.

Ghantapa đặt tên cho con trai của ngài là *Vajrapani* tức *Kim Cương Thủ*. Còn cô gái, vợ của ngài, do công đức phục vụ ngài trong nhiều đời nên nay cô cũng thoát khỏi vô minh.

Ghantapa có quyền năng và phẩm tính của một vị Phật.

Hành trì

Một bản dịch khác liên quan đến đạo sư *Ghantapa* càng làm sáng tỏ những chỗ còn mơ hồ trong truyền thuyết vừa kể trên.

Theo bản dịch này, *Ghantapa* vốn là con trai của đức vua *Nalanda*. Ngài không chịu nối ngôi cha lại đi xuất gia thọ giới cụ túc với hoà thượng *Jayadeva Subhadra*. Sau đó ngài trở thành quốc sư của vua *Nalanda*.

Ngài gặp *Darikapa* và được vị này điểm đạo và truyền cho *mạn-đà-la Samvara*, rồi bảo ngài vào rừng tu tập.

Cho đến một hôm ngài nghe một giọng nói vọng xuống từ trên không trung bảo ngài phải đi đến *Oddiyana*.

Vị nữ chân sư của ngài vốn làm nghề chăn lợn. Ban đầu ngài tỏ ý từ chối vì bà này dung mạo cực kỳ xấu xí, nhưng sau đó ngài nhận ra bà chính là một *Dakini*.

Và một lần nữa, vị nữ chân sư này truyền cho ngài *mạn-đà-la Samvara*.

Tại cánh rừng già ở *Oddiyana*, ngài đã xúc phạm đến đức vua khi ngài từ chối đi cùng với nhà vua vào kinh thành.

Cô gái được sai đến để quyến rũ ngài chính là yếu tố còn thiếu trong thiền định của ngài.

Ghantapa đã điểm đạo cho cô và nhận cô như là một *Dakini* của ngài.

Mặc dù nhà vua tìm cách nhạo báng nhưng chính thực là *Ghantapa* vốn vào thành để hoá độ dân chúng.

Tương truyền ngài dùng thần thông hoá hiện ra hai đứa bé, một trai và một gái. Đoạn dùng một cái muỗng lớn chiết rượu ra, rồi sai chúng đi đổ đầy các bình rượu của mọi nhà trong kinh thành.

Sau đó ngài vất cái muỗng xuống đất, khiến nước phụt lên từ một khe nứt. Hai đứa bé biến thành sấm chớp và một cái chuông.

Ngài cùng vợ biến thành hai vị thần *Samvara*. Điều này giải thích lý do vì sao *Omsa* là nơi mà *Kim cương thừa* được truyền bá rộng rãi.

Truyền thuyết đưa ra một chủ đề lớn đề cập đến sự mông muội của một hạng người tự cho rằng cách tư duy của mình là đúng.

Họ chấp chặt vào những nguyên tắc luân lý hữu hạn để kết tội người khác dám có một lối sống vượt thoát khỏi cái thường tình của những quy ước xã hội.

Cô gái *Dakini* trong tiền kiếp đã từng quyến rũ, cám dỗ *Ghantapa*. Và trong những kiếp ấy, ngài đều bị trói buộc bởi những mệnh lệnh của luân lý.

Trong đời này, tâm ngài đã thuần thục nên ngài chấp nhận giáo pháp của một *Dakini*, đồng thời đạt tới giải thoát sau khi trải qua bốn trạng thái an lạc.

Tâm thanh tịnh của ngài đã được ấn chứng bởi *Đại thủ ấn* nên nhà vua đâu thể hiểu rằng "Tâm hoan hỷ không bao giờ ô nhiễm".

Nhà vua tự cho mình có lý khi kết tội "một người đàn ông và một người đàn bà sống trong tội lỗi" vì nhà vua không chấp nhận các thanh tịnh khả hữu nơi người khác.

Nếu truyền thuyết nêu rõ rằng thiền định *Đại thủ ấn* ngăn không cho *Ghantapa* chấp nhận lời mời của nhà vua thì ở đây thiếu vấn đề trả nghiệp khi nhà vua tìm mọi cách để làm nhục ngài.

Trong giáo pháp sư dạy cho nhà vua và mọi người, ngài đã truyền lại cái mà ngài đã chứng nghiệm: "Chớ ưa thích điều tốt, chớ ghét bỏ điều xấu. Hãy chấp nhận mọi thứ như tự thân của chúng. Hãy thâm nhập vào thực thể để nếm được vị chung của các pháp."

Nhưng chính điều này *Ghantapa* đã không nhận ra trong sáu kiếp quá khứ. Ở đây có hai cặp phạm trù đạo đức. Cuộc sống ban đầu của ngài là một bậc tu hành đầy đủ giới đức và sống phạm hạnh, và về sau là cuộc sống của một nhà *Du-già* phóng khoáng. Hai phương tiện khác nhau nhưng cùng một đích đến.

Điều này hơi nguy hiểm khi các bậc thầy rao giảng truyền thuyết này cho một người đang bám víu vào các tiêu chuẩn đạo đức nhị phân để tu tập tìm sự thanh tịnh và tỉnh giác, vì y sẽ nhanh chóng cảm thấy bị hụt hẫng, rơi vào hố thẳm của nghi ngờ và lầm lẫn.

Tuy nhiên, không có một sự trùng lắp nào cho thấy những con người bị xã hội ruồng rẫy vì phi đạo đức lại có thể được khai tâm trong môn *Tantra* này.

Những ý niệm luân lý đôi khi cũng là những trở ngại khó vượt qua để thành tựu Bồ Tát nguyện, vì đôi khi những nguyên tắc này có tính quyết đoán và không thoả hiệp với hành động từ bi.

Sử liệu

Về mặt lịch sử, *Ghantapa* là người đồng thời với đệ nhị hoàng đế *Devapala* (810-830) Nhưng hình như đây không phải là vị vua mà *Ghantapa* đã xúc phạm.

Devapala là một đại thí chủ rất hào phóng của tu viện *Nalanda*. Vào thời ấy, xứ *Bengal* được gọi là *Bengala*. Nó gồm cả đông và tây xứ *Bengal* hiện nay, không kể những phần đất của *Bihar*.

Kamapara chính là thành phố tiếp giáp với thung lũng *Brahmaputra* mà thủ phủ là *Pataliputra*, gồm cả đông và nam *Bihar*.

Ghantapa rất nổi tiếng ở Tây Tạng vì sự nghiệp khai sáng dòng tu *Samvara Pancakrama*. *Pancakrama* bao gồm các phương pháp luyện tập thân thể được *Ghantapa* đề cập trong mười tám tác phẩm nổi tiếng của ngài và hầu hết những tác phẩm này điều liên quan đến *Samvara Tantra*.

Ngài nhận được sự khải huyền về *Samvara mạn-đà-la* từ Kim Cương Thánh Nữ, mà có lẽ bà này chính là người phụ nữ chăn lợn ở *Oddiyana*, nhưng cũng có thể là nữ *Du-già Vilasyavajra*, đệ tử của sư *Dombipa Heruka*.

Trong dòng Mật tông Tây Tạng, đôi khi người ta gác bỏ tên của *Dengipa* qua một bên, nhưng lại đề cập đến *Darikapa* như là một chân sư của *Samvara*. Dòng *Kalacakra* cũng gồm *Ghantapa*. Điều này khiến ngài trở nên là một trong những người Ấn Độ đầu tiên được truyền môn *Tantra* này.

Do đó, có thể kết luận rằng môn *Tantra* này đã xuất hiện tại Đông Ấn vào khoảng thế kỷ 9.

Đại sư thứ 53 - *Jogipa*
Kẻ hành hương

Hãy kiên trì chú mục vào ánh sáng trong tâm
Toả sáng rực rỡ như đầu một ngọn lửa
Tất cả các hiện tượng tĩnh và động
Tan chảy và chìm vào hư vô

Truyền thuyết

Jogipa là một người có năng lực và có cơ duyên với môn *Tantra* nhưng lại là một người kém trí huệ. Mặc dù được chân sư *Savanpa* truyền cho pháp thuật và phương cách thiền định, ông vẫn không hề có một chút tiến bộ nào trong việc tu tập. *Jogipa* đem thắc mắc của mình trình với tôn sư.

Sư bảo ông phải đi hành hương đến 24 thánh địa và trong lúc đi hành hương phải trì tụng thần chú *Kim Cương Tát Đỏa.*

Jogipa y pháp tu tập trong 12 năm thì đắc thần thông *Đại thủ ấn.*

Sau khi đắc pháp, ngài vân du khắp nơi để hành đạo, hóa độ vô số đệ tử và thọ được năm trăm năm.

Đại sư thứ 54 - Celukapa
Kẻ biếng nhác

Sau nhiều năm thực hành lời dạy của chân sư
Ta bỗng thấy...
Đất nước, lửa, gió không tồn tại
Tất cả hiện tượng đều là Đại ấn

Truyền thuyết

*C*elukapa sinh ra trong một gia đình hạ tiện ở vùng *Mangalapur*. Vốn là một kẻ lười nhác, lúc nào cũng tỏ ra uể oải vì chứng ngủ gật, nhưng *Celukapa* rất sợ sinh tử luân hồi và nghiệp báo.

Một hôm ông đang ngồi dưới gốc cây thì có một nhà sư *Du-già* là *Maitripa* đi ngang qua, cất tiếng hỏi: "Chẳng hay hiền hữu lo âu chuyện gì?"

"Thưa thầy, tôi đang suy nghĩ làm cách nào để thoát khỏi nghiệp báo. Tôi mong gặp được chân sư truyền thụ giáo pháp nhưng vì quá lười nên không đi tìm. Nay cơ duyên đã đến, mong thầy từ bi nhiếp thọ."

Đại sư *Maitripa* bảo: "Nếu ngươi được khai tâm, điểm đạo thì dứt được bệnh hay ngủ, lại còn có khả năng thoát khỏi luân hồi. Nhưng ngươi nhất thiết phải nỗ lực tu tập."

"Đệ tử xin vâng lời thầy."

Đại sư *Maitripa* truyền cho ngài giáo pháp của *Samara*, dạy cách thiền định để khai thông các trung tâm lực. Ngài dặn: "Hãy tập trung các pháp hiện tượng vào ba nghiệp: thân, khẩu và ý; dẫn hai luồng hỏa hầu (*Lalana* và *Rasana*) đi vào trung tâm lực (*Avadhuti*), quán tưởng thành một cái hồ lớn mà cảm thọ là một con thiên nga trong cái hồ ấy. Khi dồn tất cả năng lực vào *Avadhuti* thời ngươi có thể vượt qua sự mệt mỏi, hôn trầm và như thế sẽ trụ trong một trạng thái vô niệm và tịch tĩnh."

Celukapa tu tập như vậy trong 9 năm thì dứt các vô minh và đạt thần thông *Đại thủ ấn*.

Đại sư thứ 55 - Godhuripa
Người bẫy chim

Các hiện tượng bên trong hay bên ngoài
đều từ tâm mà ra
Khi nhận ra bản chất của tâm là ánh sáng
Thì ngủ nghỉ, đi lại, mơ mộng và thiền định
đều hiển hiện trong pháp giới
Hiểu được trọn vẹn như vậy
nên ta nhận ra Phật tính

Truyền thuyết

*G*odhuripa là dân xứ *Disunagar*, sống bằng nghề bẫy chim.

Một hôm ông đang dùng tấm lưới lớn để bẫy chim thì gặp một nhà sư *Du-già*. Sư hỏi thăm về nghề nghiệp. *Godhuripa* bảo rằng: "Do nghiệp bất thiện đời trước nên kiếp này tôi phải làm nghề bẫy chim để sống. Dẫu biết rằng đây không phải là một nghề tốt, nhưng không có cách nào khác hơn, thưa đại sư."

Đại sư nói: "Nếu vậy, đời sau của ngươi lại càng tệ hại hơn nữa. Sao ngươi không tu tập pháp Phật để tìm thấy sự an lạc?"

"Xin thầy xót thương mà dạy cho pháp giải thoát."

Đại sư liền làm phép khai tâm, điểm đạo cho *Godhuripa* rồi dạy rằng: "Ngươi hãy quán sát tất cả âm thanh trong thế gian này đều là tiếng chim hót. Hai thứ ấy đều là một thì chứng vào pháp giới."

Godhuripa tu tập được 9 năm thì dứt vô minh, chứng đắc *Đại thủ ấn*. Ngài thọ được một trăm năm và hóa độ trên ba trăm đệ tử.

Đại sư thứ 56 - *Lucikapa*
Kẻ đào tẩu

Từ vô thủy đến vô chung
Ta đắm mình trong bể trầm luân
Lời của chân sư là con tàu vững chãi
Giúp ta vượt qua bao đại dương
Đến bên kia bờ giải thoát

Truyền thuyết

*L*ucikapa là một người thuộc giai cấp *bà-la-môn*. Vì thấy cảnh chết chóc của những người chung quanh, ông sinh ra chán nản không muốn sống nơi chốn phồn hoa đô hội mà tìm đến ẩn cư ở một vùng xa xôi hẻo lánh.

Lucikapa rất muốn tu tập pháp Phật, nhưng chưa tìm được cho mình một chân sư.

Một hôm, nhìn thấy một vị tăng đi ngang qua chỗ ở, ông vội ra vái chào và đảnh lễ rất cung kính.

Vị sư hỏi: "Vì sao ngươi vái chào ta?"

"Thưa, bấy lâu tôi mong được tu tập pháp Phật nhưng chưa gặp được chân sư. Nay duyên may đưa đến, xin thầy xót thương truyền cho diệu pháp."

Sư hoan hỷ làm phép quán đảnh và khai tâm cho *Lucikapa*. Ngài y pháp tu tập, sau 12 năm thì đắc pháp.

Sau khi đắc pháp, ngài đọc một bài kệ ngắn nói lên sự giác ngộ của mình:

Luân hồi và niết bàn là hai
Riêng ta thấy ấy hai mà một
Giải thoát chính là niềm an lạc
Chẳng dựa vào một vật gì,
Thì khó khăn mấy cũng qua được bờ kia

Đại sư thứ 57 - *Nirgunapa*
Trẻ thơ giác ngộ

Giáo pháp của chân sư
Dẫn đường ta đi đến chốn bình an
Nơi ấy,
Không có chỗ cho cảm xúc dữ dội
hay tư tưởng mâu thuẫn trú ngụ
Lời dạy của một chân sư
Làm tan những cơn sóng dữ
Những cơn sóng quấy rầy ta trong thiền định

Truyền thuyết

*N*irgunapa sinh trưởng ở vùng *Purvadesa*. Sự ra đời của ông thật sự là một niềm vui sướng lớn đối với cả gia đình.

Điều không may là khi lớn lên, *Nirgunapa* không thể ngồi dậy hay cử động bình thường như bao đứa trẻ khác. Điều này khiến cha mẹ của *Nirgunapa* thất vọng.

Hơn nữa, tuy lớn tuổi nhưng trí óc của cậu chẳng khác nào đứa trẻ lên năm. Cha mẹ cậu thường nói với nhau: "Thằng *Nirgunapa* nhà ta thật là vô tích sự. Lẽ ra chúng ta chẳng nên sinh nó."

Tuy khờ khạo nhưng nghe những than phiền của lời bố mẹ *Nirgunapa* cũng buồn tủi lắm.

Cho đến một hôm *Nirgunapa* tự lăn mình ra khỏi nhà đến một nơi vắng vẻ. Ở đấy, cậu gặp một nhà sư *Du-già*. Sư bảo: "Người hãy đứng dậy, vào thành mà kiếm cơm. Có sao cứ nằm ì ra đấy?"

Nirgunapa đáp: "Tôi không thể ngồi dậy được."

Thương hại cho hoàn cảnh của *Nirgunapa*, sư nhường cho cậu một ít thức ăn và hỏi: "Ngươi có biết làm nghề gì không?"

"Thưa thầy, tôi không biết làm gì cả."

"Nhưng ngươi còn phải ăn, ngươi không sợ chết đói à?"

"Thưa có, nhưng tôi biết phải làm gì đây?"

"Nếu ngươi có thể gắng công tu tập thiền định, ta sẽ dạy cho."

"Thưa thầy, nếu nằm mà thiền định được thì tôi xin vâng lời thầy."

Sư làm phép khai tâm cho *Nirgunapa* và dạy: "Người giác ngộ và pháp được ngộ đều là vô minh cả. Kẻ nào không nhận hiểu được chân lý ấy thì sẽ bị phiền não sai khiến. Khi tâm thức vắng lặng thì phiền não không có chỗ trụ. Không có sự tách biệt giữa các pháp và tánh không. Nếu nắm bắt được chân lý này, ngươi có thể đi lại tự tại."

Nirgunapa tuân theo lời dạy của sư, vừa khất thực độ thân vừa tu tập thiền định cho đến khi giác ngộ được các pháp và tánh không là sự hợp nhất của ánh sáng tự tâm.

Khi có ai gặp ngài hỏi về lai lịch xuất thân của ngài, *Nirgunapa* thường nhìn vào mắt họ với ánh mắt từ bi khiến kẻ đó phải động lòng rơi lệ khóc.

Đại sư thứ 58 - *Jayanada*
Vị điểu sư

Vào đại định, ta náu mình trong thanh tịnh
Thoát khỏi bủa vây của sự phân biệt suy lường
Nhận biết rằng ta đã thoát tai ương
Vì vọng tưởng đã không còn theo đuổi kịp

Truyền thuyết

*J*ayanada là một quan nhân ở xứ *Bengal* theo đạo Bà-la-môn. Đức vua xứ này cũng là người của đạo Bà-la-môn. Tuy vậy, *Jayanada* rất hâm mộ đạo Phật và ngài đã bí mật cải đạo, tu tập pháp môn Mật tông.

Ngài có những sở đắc tâm linh, nhưng không một ai biết được điều bí ẩn này.

Trong khi ngài tu tập pháp *"bi điền"*, một pháp tu cúng dường thức ăn bằng cách gia trì mật chú rồi tung lên không trung để hiến cúng cho chư thần, có người biết được bèn tâu lên nhà vua.

Đức vua ra lệnh giam ngài vào ngục tối. Ngài nói: "Tâu bệ hạ, cúng dường thần thánh đâu phải là tội lỗi. Xin bệ hạ xét lại."

Nhưng nhà vua vẫn không thay đổi quyết định.

Khi vào trong ngục, *Jayanada* vẫn tiếp tục tu tập và bớt phần thức ăn ném ra bên ngoài cửa sổ để cúng dường.

Mỗi lần như thế có một bầy quạ đến để ăn những thức ăn đó. Thấy hiện tượng lạ ấy, vua ra lệnh cho dời *Jayanada* đến một trại giam khác.

Thấy không có thức ăn như thường lệ, đàn quạ tụ tập thành một đàn lớn, đông vô số kể bay đến hoàng cung, cắn mổ tất cả mọi người. Chúng cho rằng đức vua đã cầm tù *Jayanada*, người nuôi dưỡng chúng.

Khi ấy nhà vua mới nhận ra rằng *Jayanada* vô tội, bèn thả ngài ra và yêu cầu ngài xua đàn chim ấy đi, đồng thời ban cho hai mươi đấu gạo để ngài cho chim ăn hằng ngày.

Đại sư thứ 59 - Pacaripa

Người bán bánh

Đừng nhìn quanh quẩn
Chú mục vào tâm
Thiền định thực hành
Được vui thanh tịnh

Truyền thuyết

Pacaripa làm nghề bán bánh mì dạo ở thành *Campa*. Vì nghèo khổ, ông chỉ có một bộ quần áo duy nhất mang trên người. Ông thường nhận bành mì của một chủ hiệu rồi đem đi bán dạo khắp nơi để kiếm sống.

Một ngày nọ, ông không bán được ổ bánh nào mà bụng thì đói meo nên đành phải ăn một ổ bánh. Chưa ăn được phân nửa thì một nhà sư đến khất thực. *Pacaripa* không thể nào biết được rằng nhà sư này chính là hóa thân của đức Bồ Tát Quán Thế Âm. Tuy nhiên, ông vui vẻ nhịn phần ăn của mình để cúng dường cho vị sư ấy.

Nhưng trước khi trao bánh, *Pacaripa* cung kính đảnh lễ vị sư và nói thật rằng bánh ấy không phải của mình.

Vị sư cười nói: "Nếu quả vậy thì ngươi đúng là đại thí chủ của ta. Có lẽ ta nên truyền pháp cho ngươi."

Pacaripa liền chuẩn bị một *mạn-đà-la* và dâng hoa lên cho sư. Nhà sư làm lễ qui y, truyền giới Bồ Tát cho ông cùng với chân ngôn *Lục tự đại minh*.

Một ngày nọ, *Pacaripa* gặp lại ông chủ hiệu bánh mì. Ông này đòi khoản tiền bánh mà *Pacaripa* còn thiếu lại. *Pacaripa* nói rằng mình quả thật không có vật sở hữu nào đáng giá để trừ vào món nợ ấy. Người chủ hiệu bánh tức giận, xông vào đánh đập *Pacaripa*.

Khi ấy, *Pacaripa* liền kêu lên: "Đâu chỉ một mình ta ăn bánh, còn có thầy ta ăn nữa."

Tiếng kêu của *Pacaripa* vang dội như tiếng sấm khiến ông chủ bánh hoảng sợ dừng tay, nói: "Ta đánh ngươi như thế cũng đã đủ trừ nợ. Bây giờ ngươi hãy đi cho khuất mắt ta."

Pacaripa đi vào một ngôi đền thờ đức Quán Thế Âm, ông đứng trước tượng đòi tiền nửa ổ bánh mì. Lập tức có ba mươi lượng vàng hiện ra trước mắt ông. *Pacaripa* liền trả hết nợ cho ông chủ bánh.

Khi ấy, *Pacaripa* thầm nghĩ: "Hẳn đức Quán Thế Âm chính là thầy của ta."

Vì vậy, ông khởi hành đi về phía núi *Potala*, là nơi Bồ Tát trú ngụ. Trên đường, *Pacaripa* phải băng qua một rừng gai, có lúc bị gai nhọn đâm vào da thịt, chân tay đến rướm máu. Đau đớn, *Pacaripa* kêu lớn danh hiệu của Bồ Tát. Đức Quán Thế Âm bèn hiện ra và nói: "Đúng, ta chính là chân sư của ngươi. Ngươi không cần phải đến *Potala* nữa mà hãy quay về *Campa* để hoằng dương chánh pháp."

Pacaripa quá đỗi vui mừng, bay bổng lên không rồi quay về xứ cũ.

Đại sư thứ 60 - Campaka
Đức vua yêu hoa

Thanh quang hiển hiện
Đó là sự kết hợp
Của bi và trí
Tuyệt đối bẩm sinh (Sahaja)
là cây như ý
Hoa trái của nó
là Ba thân Phật

Truyền thuyết

Sở dĩ đức vua xứ *Campa* lấy vương hiệu là *Campaka* là vì xứ này có một loài hoa gồm hai màu vàng trắng, rất thơm và đẹp.

Ngoài nỗi vui thú quyền lực, nhà vua rất yêu thích loài hoa đặc biệt này. Trong vườn thượng uyển của cung điện mùa hè luôn có một chiếc ngai kết bằng hoa *Campaka* vàng.

Một hôm, nhà vua đang ngự trên chiếc ngai đặc biệt ấy thì một nhà sư đến để khất thực. Vua tự tay rửa chân cho sư và sai người mang đến một chiếc đệm để sư an toạ, đoạn cúng dường vật thực.

Sau đó, vua cùng triều thần nghe sư thuyết pháp. Sau đó, vua hỏi nhà sư: "Thưa thầy! Ngài đã vân du khắp nơi, ngài có bao giờ thấy loại hoa nào đẹp như hoa ở đây không? Và có vị vua nào như quả nhân không, thưa ngài?"

Nhà sư đáp: "Tâu bệ hạ! Hương của loài hoa *Campaka* thật là kỳ diệu, khó có loài hoa nào sánh bằng. Nhưng mùi phát ra từ thân của bệ hạ thật khó ngửi. Thật vậy, tuy vương quốc của bệ hạ giàu có, hùng mạnh, nhưng rồi đây ngài cũng phải bỏ lại tất cả để ra đi với đôi bàn tay trắng."

Những lời lẽ của nhà sư khiến nhà vua chợt xét lại bản thân mình. Ngài cầu xin nhà sư dạy thêm Phật pháp. Nhà sư bèn dạy cho vua về luật nhân quả, là định luật chi phối mọi hoạt động của con người.

Kế đó, sư truyền cho vua phép thiền định.

Nhưng nhà vua lâu nay có thói quen thưởng ngoạn hoa và tâm trí lúc nào cũng nhớ đến hoa nên thật khó tu hành tinh tấn.

Sư biết vậy, bèn dạy:

Các pháp vốn không
Đây là hoa của giáo pháp
Tâm trí là ong
Hút nhụy không hề cạn
Ong, hoa, phấn, là một
Niềm an lạc là mật
Ấy là lời Phật dạy
Hãy tu chớ nghi ngờ

Campaka nghe lời dạy nắm được yếu lý của pháp tu. Ngài thực hành 12 năm thì chứng đắc.

Đại sư thứ 61 - *Bhiksanapa*
Lưỡng xỉ đạo nhân

Con đường trơn trợt
mà ngài đã đi qua
khó một ai theo được
Sự giác ngộ ấy không có gì sánh bằng
Vì phàm phu không thể nào hiểu được
Nhà Du-già tối thượng
có quyền năng cân bằng hoàn hảo
Đạt tới chân nghĩa
nhờ lời dạy của Bổn sư

Truyền thuyết

Bhiksanapa là một người hành khất ở vùng Pataliputra. Ngày nọ, sau một buổi sáng đi lang thang khắp nơi trong thành nhưng chẳng có ai ban cho một chút thức ăn nào, *Bhiksanapa* cảm thấy đói và mệt liền ngồi nghỉ ở bên vệ đường. Chợt một vị Thánh nữ (*Dakini*) xuất hiện trước mặt ông ta.

Vị Thánh nữ ân cần thăm hỏi vì cớ sao *Bhiksanapa* buồn rầu như thế. *Bhiksanapa* liền kể với Thánh nữ về nỗi khổ của mình.

Bà nói: "Ta có một cách giúp ngươi thành tựu ước nguyện."

"Vâng, xin bà chỉ bày cho tôi."

"Nhưng ngươi có gì để dâng tặng ta chăng?"

Bhiksanapa nghe hỏi vậy liền dùng tay, lấy hết sức bình sinh nhổ một cái răng trên và một cái răng dưới dâng cho vị Thánh nữ.

Biết rằng đã gặp được bậc pháp khí, vị Thánh nữ liền làm phép khai tâm và truyền pháp cho *Bhiksanapa*.

Sau đó, ngày ngày đi khất thực để độ thân, *Bhiksanapa* tinh cần tu tập thiền định trong 7 năm thì chứng đắc thần thông *Đại thủ ấn*.

Đại sư thứ 62 - *Dhilipa*
Con người hưởng lạc

Khi ta nhận ra
bản chất nguyên thủy là Phật,
Phật trở thành bản chất của tất cả thực thể
Nhờ năng lực của Tuyệt đối bẩm sinh
Ta nhập vào Kim cương định

Truyền thuyết

ại *Satapuri* có một người bán dầu tên gọi là *Dhilipa*. Công việc kinh doanh này đem lại cho ông ta một số lợi nhuận rất lớn, vì vậy ông ta trở nên một trong những người giàu có nhất trong vùng.

Chính vì vậy mà cuộc sống của *Dhilipa* rất xa hoa. Mỗi bữa ăn, ông dùng đến 84 cái đĩa, 12 loại thịt và 5 loại thức uống. Đây là cách dùng bữa của một bậc vương giả thời ấy.

Một ngày nọ, Đạo sư *Bhahana* đến viếng *Dhilipa*. Sau khi nghe Sư thuyết pháp, *Dhilipa* lấy làm cảm động, ngỏ ý muốn mời Sư lưu lại một thời gian tại nhà của mình và Sư đồng ý.

Một hôm nhìn *Dhilipa* đang làm công việc trích ly dầu ra khỏi những hạt mè (vừng), Sư nhận xét rằng công việc này có thể ngày một phát đạt hơn nhưng khó có thể đạt tới sự giải thoát.

Dhilipa liền xin Sư truyền pháp. Sư nói:

Thân ngươi là hạt vừng
Dầu chính là vọng tưởng
Bản tâm là ngọn đèn
Bấc là pháp thế gian
Đốt đèn bằng lửa tuệ
Xua đi bóng vô minh
An trú trong thanh tịnh
Niềm vui chẳng nghĩ bàn

Dhilipa nghe xong bừng tỉnh ngộ. Từ đó tinh tấn tu tập trong 9 năm thì chứng đắc thần thông *Đại thủ ấn*.

Đại sư thứ 63 - *Kumbharipa*
Người thợ gốm

Bánh xe tập quán quay nhanh
Tạo nên bài ca và vũ điệu của sự hiện hữu
Nhưng giờ đây ngọn lửa tri kiến bừng cháy
Đẩy lùi bóng tối của vô minh

Truyền thuyết

Kumbharipa làm nghề thợ gốm ở *Jomanasri*. Công việc đơn điệu hằng ngày khiến ông đâm ra mệt mỏi và muốn có một sự thay đổi để cuộc sống bớt tẻ nhạt hơn.

Ngày kia, có một nhà sư *Du-già* đến lò gốm để khất thực, *Kumbharipa* nói: "Bạch Đại đức! Làm cái nghề nặng nhọc này tôi cũng chỉ kiếm được một ít thu nhập để sống qua ngày. Và tôi cảm thấy chẳng có một chút hứng thú gì. Thật là khổ não!"

"Ồ! Hiền hữu, ông nên biết rằng tất cả chúng sinh đều chịu phiền não vô tận, nào phải chỉ riêng mình ông? Nay ta dạy ông một pháp này:

Đất sét là đam mê
Ý tưởng được chuẩn bị
Đất cát là vô minh
Lăn trên xe tham ái

Sáu căn là sản phẩm
Trí tịnh làm lửa nung
Cho chín gốm lục nhập

Người thợ gốm nhận hiểu được lời dạy của Sư, tu tập thiền định trong 6 tháng thì tâm trí thanh tịnh, dứt được tham ái.

Kumbharipa vừa làm việc vừa thiền định nên những sản phẩm do ông làm ra đều tinh xảo và có những nét đẹp kỳ diệu.

Đại sư thứ 64 - Carbaripa
Người chết sửng

Đại nguyện của chư Phật
Chính là nhận ra tự thể
Những ai nhận ra sự thanh tịnh của bản tâm
Thì người đó có con mắt Phật

Truyền thuyết

Tại một làng quê thuộc xứ *Magadha* (*Ma-kiệt-đà*), có một gia đình làm nghề chăn nuôi gia súc. Họ sở hữu hàng ngàn con bò, vô số cừu và ngựa.

Khi người cha qua đời vì già bệnh, người con mở tiệc lớn thết đãi toàn bộ dân chúng trong vùng. Bữa tiệc này kéo dài trong nhiều ngày với đầy đủ những món ngon, vật lạ.

Vào hôm sáng sớm trước khi buổi tiệc kết thúc, cả gia đình cùng thực khách kéo nhau ra bờ sông Hằng để tắm rửa tẩy trần, chỉ còn lại người vợ và đứa bé con làm nhiệm vụ trông nhà.

Lúc này Đại sư *Carbaripa* đột nhiên xuất hiện để khất thực. Nhưng người vợ trẻ sợ chồng quở trách nên không dám cúng dường. Đại sư liền nói: "Nếu chỉ vì ngươi cúng dường thức ăn cho ta mà chồng ngươi hoặc mẹ chồng quở mắng, thì hãy đến với ta. Từ nơi đây, ngươi có thể nhìn thấy ánh lửa bên kia ngọn đồi, đó chính là nơi ta trú ngụ. Nếu họ không tức giận thì có lẽ tốt hơn nhiều. Giờ thì hãy cho ta một ít thức ăn."

Người thiếu phụ liền mang cho Sư một ít vật thực và lắng nghe Sư nói chuyện một cách vui vẻ.

Sau khi vị Sư rời khỏi nhà, bà mẹ chồng quay về, nhìn thấy một ít thức ăn còn sót lại trên những chiếc đĩa. Bà hiểu chuyện và bắt đầu sỉ nhục nàng dâu.

Lần này, người thiếu phụ trở nên giận dữ thật sự, nàng bế đứa con nhỏ tìm đến chỗ Đại sư *Carbaripa*.

"Lành thay! Lành thay!" Sư nói xong liền dùng tịnh thủy rảy vào người hai mẹ con. Họ liền hóa thành hai tượng Phật bằng đá.

Người chồng khi quay về không thấy vợ con bèn tìm đến chỗ Sư. Sư lại dùng nước sái tịnh biến ông chồng thành tượng Phật đá.

Sau đó, gia đình, họ hàng của họ đến tìm đều bị rơi vào số phận tương tự. Tất cả đều bị biến thành những tượng Phật đá đứng sừng sững giữa nơi hoang vắng.

Đứa bé trai con của người thiếu phụ tốt bụng đạt được tám thần thông. Từ đôi tinh hoàn của đứa bé lưu xuất một thứ đề-hồ có khả năng biến các kim loại thành vàng, từ hậu môn xuất ra một thứ rượu trường sinh, và từ đôi mắt phát ra hai luồng hào quang.

Dân chúng trong vùng đồn đại việc lạ lùng chưa từng có này đến tai đức vua xứ *Campa*. Nhà vua hiểu được sự việc, cho xây một ngôi đền lớn để thờ tất cả những tượng Phật đá này.

Tương truyền rằng những nhà tu *Du-già* thường đến đây để tu thiền định. Và trong lúc họ thiền định, nếu tâm khởi lên vọng tưởng thì các tượng đá sẽ hóa thành người thật, dùng gậy đập vào lưng hành giả.

Đại sư thứ 65 - Manibhad

Bà nội trợ hạnh phúc

Khi tâm ta bị khởi che bởi vô minh
Ý duyên theo trần cảnh
Khi thực thể sáng tỏ như bản chất của ta
Bản chất ấy hiện ra như thực thể

Truyền thuyết

Thị trấn *Agaru* có một gia đình giàu có. Gia đình này có một cô con gái ở tuổi 13 tên là *Manibhadra*, được hứa gả cho một chàng trai cũng cùng đẳng cấp xã hội. Theo tục lệ thì chàng trai phải đến ở rể, chờ cho đến khi cô gái đủ tuổi kết hôn.

Trong thời gian này, một hôm có Đại sư *Kukkuripa* đến nhà cô gái *Manibhadra* để khất thực. Nhìn thấy nhà sư, cô gái thốt lên: "Ngài trông thật đẹp đẽ! Cớ sao lại phải đắp tấm vải rách mà đi xin ăn, trong khi ngài có thể tự mình kiếm sống và cưới một người vợ?"

"Thưa thí chủ, tôi sợ vòng sinh tử luân hồi và tôi đang tìm thấy niềm an lạc đầy giải thoát trong cuộc sống như thế này. Thân người khó được, Phật pháp khó gặp. Nay tôi phải nắm bắt lấy cơ hội có một không hai này mà tu tập. Nếu tôi lấy vợ, có con, thật là bận bịu, làm thế nào mà tu tập? Và như thế, đời sau sẽ càng tệ hại hơn. Do đó mà tôi từ bỏ việc theo đuổi phụ nữ."

Cô gái tỏ ra rất cảm phục nhà Sư, sau khi cúng dường vật thực, cô nài nĩ: "Xin thầy chỉ cho tôi con đường giải thoát."

"Ta sống nơi mộ địa, nếu cần, thí chủ có thể đến gặp ta."

Sau khi nghe những lời thuyết pháp của đại sư, *Manibhadra* trở nên ưu tư về thân phận con người trong cuộc đời đầy bất trắc này, và cuối cùng cô quyết định tìm đến với đại sư.

Đại sư *Kukkuripa* quán xét thấy trình độ tâm linh của cô gái phát triển cao, bèn truyền cho cô pháp thiền định và thần thông.

Sau đó, cô tìm chỗ vắng vẻ tự tu tập một mình trong bảy ngày đêm. Sau thời gian ấy, cô trở về nhà thì bị cha mẹ la rầy, đánh đập.

Cô nói: "Không ai trong thế gian này là cha hay mẹ của tôi cả. Một gia đình giàu có chỉ có thể nuôi dưỡng nhưng không thể giải thoát cho một cô gái ra khỏi sinh tử luân hồi. Vì vậy, tôi phải nương tựa vào Chân sư để tu tập thiền định hầu mong giải thoát khỏi luân hồi."

Lời lẽ xác đáng của cô khiến cha mẹ cô lấy làm lạ nhưng không thể đối đáp lại.

Manibhadra tu tập định tâm vào một điểm duy nhất. Và sau đó một năm, vị hôn phu đến đón cô về nhà riêng. Cô vui vẻ theo chồng không một chút phản kháng.

Trong cuộc sống mới, cô luôn tỏ ra đảm đang việc nhà, nói năng khiêm tốn, cử chỉ hoà nhã. Chẳng bao lâu, cô sinh hạ được một bé trai và một bé gái. Cô nuôi nấng và dạy dỗ chúng theo cách riêng của cô.

Mười hai năm trôi qua kể từ ngày *Manibhadra* gặp được Chân sư. Một buổi sáng, cô ra suối để lấy nước, vì mang một bình đầy lại vấp phải một gốc cây, cô ngã xuống làm chiếc bình vỡ tan.

Chiều đến người chồng không thấy vợ, vội đi tìm. Khi đến nơi ông thấy vợ mình nằm dưới đất, đôi mắt mở to đăm đăm nhìn vào chiếc bình vỡ.

Ông đến gần hỏi han, nhưng cô vẫn cứ nhìn trân trối vào chiếc bình như không nghe thấy gì. Mọi người đến tìm cách vực cô ngồi dậy nhưng vô ích. Cô vẫn nằm bất động mãi.

Đến lúc đêm xuống, cô đứng dậy hát:

Chúng sinh hữu tình
đập vỡ chiếc bình của họ,
Cuộc sống kết thúc.
Nhưng tại sao?
Tại sao họ trở về nhà
Ngôi nhà lục thú?
Hôm nay ta đập vỡ
chiếc bình của ta
Nhưng ta không quay về
ngôi nhà ấy nữa
Ta đi tới mềm vui thanh tịnh
Thầy ta thật tuyệt vời.
Nếu ngươi muốn?
Hãy nương vào bậc Thánh.

Hát xong, *Manibhadra* bay vào hư không.

Đại sư thứ 66 - Mekhala

Người chị dâng thủ cấp

Tất cả các hiện tượng
Bên trong lẫn bên ngoài
Cả thảy là do tâm
Tất cả chung một vị
Trong thiền định thù thắng
Không cần phải nỗ lực
Ta tìm thấy niềm vui
Thanh tịnh và bất nhị

Truyền thuyết

Tại vùng *Devikota*, một gia đình nọ có hai cô con gái tên là *Mekhala* và *Kanakhala*. Hai cô gái được gia đình gả cho các chàng trai con của một người dân chài.

Hai người chồng này rất thô lỗ, thường hành hạ, đánh đập và chửi mắng họ khiến những người láng giềng hay đem câu chuyện bất hoà trong gia đình họ ra làm đề tài bàn tán, mặc dù họ chẳng làm điều gì sai trái.

Một hôm, người em gái gợi ý: "Chị ơi! Có lẽ chúng ta nên thoát khỏi sự bất công này và trốn sang một nơi khác."

Nhưng người chị không đồng ý. Cô nói: "Chúng ta bị sỉ nhục là vì chúng ta thiếu đức hạnh. Và như thế, sống ở nơi nào cũng có khác gì nhau. Chúng ta phải ở lại đây."

Một ngày nọ, Đại sư *Krsnacarya* du hành qua vùng *Devikota*. Đi theo ngài là 700 môn đồ, trên đầu là một chiếc lọng bay lơ lửng, những chiếc trống bằng sọ người dùng để triệu thỉnh quỷ thần kêu vang khắp không trung và những dấu hiệu kỳ lạ khiến bất cứ ai nhìn thấy cảnh tượng này đều phải thừa nhận đây là một vị đã tu chứng.

Hai chị em rủ nhau ra nghênh đón Đại sư và cầu xin ngài truyền pháp. Sư điểm đạo cho họ và truyền cho *Kim cương tâm pháp*, rồi bảo họ lui về tu tập.

Sau 12 năm tu tập, hai chị em đều đắc pháp. Họ quay lại chốn cũ tìm gặp Chân sư của họ. Đại sư tiếp hai chị em một cách nồng nhiệt, nhưng ngài không nhận ra đệ tử của mình. Sư hỏi họ là ai. Cả hai nhắc lại sự việc cũ. Sư nhớ ra và nói: "Nếu là đệ tử của ta, lẽ ra các ngươi phải mang lễ vật đến cúng dường ta."

"Chúng con có thể cúng dường những gì?"

"Hãy cho ta thủ cấp của các ngươi."

"Vâng, chúng con xin vui lòng."

Hai cô gái liền há miệng lớn, một thanh kiếm tuệ giác thoát ra khỏi miệng họ. Họ dùng kiếm ấy tự chặt đầu dâng lên đại sư.

Trước khi tự chặt đầu, họ hát:

Nhờ giáo pháp của Chân sư
Chúng con không còn phân biệt
Luân hồi và Niết-bàn
Chúng con không còn phân biệt
Chấp nhận và từ chối.
Chúng con không còn phân biệt
Ta và người.
Để làm chứng cớ cho sự giác ngộ
Chúng con xin dâng người món quà này.

Sư đáp lại:

Lành thay! Hai nữ thánh
Đã đến bờ bên kia
Hãy quên niềm vui riêng
Hãy sống vì kẻ khác.

Rồi Sư đặt đầu của họ lên vai, tức thì đầu gắn vào cổ nguyên vẹn như cũ không để lại một vết sẹo nào.

Đại sư thứ 67 - Kanakhala

Người em dâng thủ cấp

Mặc áo giáp nhẫn nhục
Đội chiếc mũ đức hạnh
Ta lái con thuyền tâm
Với niềm tin kiên cố
Vượt qua cơn bão bùng.

Truyền thuyết

(Được kể chung trong truyền thuyết về Đại sư *Mekhala*.)

Đại sư thứ 68 - Kilakilapa
Kẻ rộng mồm

Trên bầu trời trong trẻo
Của pháp giới
Tiếng sấm của năng lực thanh tịnh
nổ rung chuyển
Khiến tất cả các chứng nghiệm
về thế giới hão huyền
đã biến đổi
và được tô điểm
bởi giác thức thanh tịnh của Ba Thân

Truyền thuyết

*T*ại *Bhiralipa* có một anh chàng hạ tiện tên là *Kilakilapa*, được rất nhiều người biết đến vì tính cách ồn ào và ưa cãi vã.

Vì anh ta ưa tranh chấp, gây hấn, nên dần dần mọi người đều sinh ra ác cảm và cùng nhau xua đuổi anh ta ra ngoài thành.

Kilakilapa đi đến khu mộ địa với một trạng thái buồn bã. Một nhà sư *Du-già* thấy tình cảnh thảm thương của anh ta, bèn đến hỏi nguyên cớ.

Kilakilapa thành thực kể lể nỗi tình. Sư thương tình khai tâm cho y và truyền pháp tu thiền định:

Lời của ngươi và lời của mọi người khác
Cũng chỉ là âm vang
Mà âm vang thì cũng chỉ là âm vang
Hãy quán tưởng tất cả âm thanh
Đều biến mất trong bầu trời kia
Giống như sự biến mất của một cơn sấm sét
Chúng rơi vào một đám mưa.

Kilakilapa lãnh hội được giáo pháp và chuyên cần tu tập cho đến khi chứng đắc.

Đại sư thứ 69 - *Kantalipa*

Thợ khâu giẻ vụn

Chân sư là kim khâu
Từ bi là sợi chỉ
Ta vá ba cõi lại
Thành tấm vải tuyệt vời

Truyền thuyết

Kantalipa làm nghề khâu giẻ vụn, sống ở vùng Manidhara.

Một ngày nọ, khi đang làm công việc may vá, *Kantalipa* sơ ý để cho kim đâm vào tay chảy máu, ông cảm thấy đau nhói tận trong tim. Ông chợt buồn cho số phận của mình, nằm lăn ra đất khóc than.

Một Thánh nữ (*Dakini*) hoá thân thành người thường hiện ra nói: "Người đừng than khóc nữa! Đây là quả báo đời trước, do nghiệp bất thiện của ngươi. Nghiệp quả như bóng với hình. Nếu như ngươi không tu tập, đời sau ngươi cũng sẽ còn phải chịu đựng nỗi đau ấy."

"Vậy xin người hãy chỉ cho tôi cách thoát khổ."

"Người có thể tu tập thiền định được chăng?"

"Thưa được, không gì có thể ngăn được quyết tâm của tôi."

Thánh nữ liền điểm đạo cho *Kantalipa* và giảng về *Bốn tâm vô lượng* (*từ, bi, hỷ, xả*). Bà nói:

Giẻ vụn là hư vô
Kim may là trí tuệ
Hãy dùng chỉ từ bi
Khâu y phục mà mặc
Che chở cho ba cõi

Kantalipa lãnh hội được giáo pháp, tinh tấn tu tập cho đến khi chứng ngộ.

Đại sư thứ 70 - *Dhahulipa*
Người bện dây thừng

Trong bầu trời Bất Nhị
Ẩn chứa một kho tàng trí tuệ
Khó có một ai tìm ra
Hãy an trú trong Vô tác tướng
Thì niềm vui chân thật sẽ đến gần

Truyền thuyết

*D*hahulipa sinh trưởng ở vùng *Dhokara*, làm nghề bện dây thừng bằng cỏ *kusa* rồi mang ra chợ bán để sinh sống qua ngày.

Một ngày nọ, sau khi lao động quá nhiều, đôi tay của ông bị trầy xước rỉ máu nhiều chỗ vì loại cỏ này rất sắc bén.

Quá đau nhức, ông tìm đến một nơi vắng vẻ ngồi khóc than một mình. Một nhà sư *Du-già* nhìn thấy vẻ buồn tủi của ông, bèn hỏi thăm cớ sự và *Dhahulipa* liền kể lể nỗi niềm.

"Chỉ một vài vết trầy xước nơi tay mà ngươi còn thống khổ như vậy thì làm thế nào ngươi chịu đựng được nỗi đau khổ lớn hơn ở cảnh giới thấp?"

"Cúi xin thầy từ bi mở lối cho con."

Vị sư liền khai tâm và làm phép điểm đạo cho *Dhahulipa*, rồi dạy phép thiền định.

Theo lời dạy của thầy, *Dhahulipa* tu tập 12 năm thì chứng đắc.

Đại sư thứ 71 - *Udhilipa*
Người muốn hóa chim

Theo đuổi vọng niệm là rồ dại
Kham nhẫn chịu nghiệp là giải nghiệp
Chẳng trụ vào đâu.
Tâm là chính
Tìm kiếm vẩn vơ chỉ phí công

Truyền thuyết

Nhờ công đức bố thí của đời trước nên *Udhilipa* được thừa hưởng một gia tài đồ sộ. Ông sống xa hoa trong một lâu đài tráng lệ.

Một hôm, ông đang ngắm nhìn cảnh vật qua khung cửa sổ, chợt thấy có những áng mây ngũ sắc tựa hình dáng những con thú và một con sếu hiện ra rồi bay mất hút vào bầu trời. Ông nhủ thầm "Giá mà ta bay được như con chim kia thì thật vui thú biết bao."

Và ý tưởng ấy luôn ám ảnh tâm trí *Udhilipa*. Khi Đại sư *Karnaripa* đến lâu đài của ông để khất thực, ông cúng dường Sư những thứ tốt và ngon nhất mà ông có. Để đáp lại, ông khẩn cầu Sư dạy cho ông pháp thuật để có thể bay bổng như loài chim.

Sư *Karnaripa* truyền cho ông môn *Catuspitha Hagogim* và bảo ông phải hành hương đến 24 Thánh địa để xin của 24 vị *Dakini* 24 loại dược thảo, và phải trì tụng chân ngôn *Kim cương Thánh nữ* 10.000 lần tại mỗi nơi Thánh địa.

Sau khi cuộc hành hương dài đằng đẵng ấy kết thúc, *Udhilipa* đạt đến trạng thái không còn vọng tưởng, nhận biết bản chất thực sự của các pháp và chứng đắc thần thông. Quả nhiên ông đã có thể bay được như chim.

Đại sư thứ 72 - *Kapalapa*
Người mang bình bát đầu lâu

Tất cả hiện tượng vốn không hai
Áo quần, trang sức ở bên ngoài
Lưng đeo bình bát bằng xương sọ
Cổ khoác dây chuyền lấy từ xương
Bản ngã tự nó là không thật
Tìm kiếm làm chi chỉ phí công

Truyền thuyết

Kapalapa là một thường dân ở xứ *Rajapuri*, có một vợ và năm con trai. Chẳng may người vợ mất sớm, *Kapalapa* mang xác vợ ra nơi mộ địa.

Trong khi đang than khóc về cái chết của người vợ yêu dấu, ông nhận được tin năm người con trai của ông cũng đột nhiên qua đời.

Kapalapa lại mang xác năm đứa con đặt cạnh thi thể của vợ.

Trong hoàn cảnh đau thương ấy của *Kapalapa*, chân sư *Krsnacarya* xuất hiện, hỏi ông về nguyên do của sự đau buồn ấy.

"Bạch Đại đức! Vợ con tôi nay đã chết cả. Tôi không còn chỗ nương tựa. Tôi chỉ mong được chết theo họ để khỏi phải chịu đựng nỗi đau khổ này."

"Này hiền hữu! Tất cả chúng sinh trong ba cõi đều bị đám mây tử thần bao phủ, không chỉ riêng mình ngươi chịu nỗi khổ sinh ly tử biệt. Nếu ngươi chỉ ngồi than khóc mà không làm được gì để vơi đi nỗi sầu thì thật là vô ích. Vì thần chết cũng đang rình rập ngươi từng giây, từng phút, tốt hơn hết người nên tu tập thiền định để dứt trừ phiền não."

"Cúi xin ngài từ bi thương xót chỉ dạy cho tôi."

Krsnacarya làm phép đưa ông ta nhập vào *Mạn-đà-la* của Thủ thần *Hevajra* và truyền cho giáo pháp. Để hỗ trợ cho pháp tu của *Kapalapa*, Sư lấy xương của năm người con xâu lại thành vòng đeo nơi cổ của *Kapalapa* và dùng xương sọ của người vợ làm bình bát.

"Hãy quán tưởng chiếc bình bát này và hư không là một. Sự thể nhập của cả hai chính là cách thiền định của ngươi."

Theo lời dạy của Chân sư, *Kapalapa* tu tập trong 9 năm thì giác ngộ được chân lý. Để nói lên sự giác ngộ của mình, ngài đọc kệ:

Ta là một nhà sư Du-già
Bình bát bằng xương sọ
Và ta đã nhận ra
Bản chất của chiếc đầu lâu này
Và thực tính của các pháp là một.
Với trí giác như thế, ta đi lại tự tại
Không một điều gì có thể ngăn ngại.

Đại sư thứ 73 - *Kirapalapa*

Kẻ chinh phục

Từ thuở vô minh phủ lấy ta
Sinh tâm phân biệt người với ta.
Ngay lúc nhận ra lẽ thật ấy
Bao nhiêu vọng tưởng khuất dần xa
Cả tên gọi "Phật" cũng chỉ là nhãn hiệu
Đem dán làm chi khắp hà sa?
Khi biết bản tâm là trống rỗng
Hình thù không có, tìm đâu ra?

Truyền thuyết

Kirapalapa cai trị một vương quốc rộng lớn và hùng mạnh. Nhưng nhà vua không bao giờ thỏa mãn với sự giàu có của mình nên thường đem quân đánh phá các nước láng giềng để vơ vét của cải.

Tuy vậy, nhà vua không hề có ý niệm gì về cảnh tàn khốc của chiến tranh. Có một lần, nhà vua cùng quân lính đi tiếp quản một thành phố đã bị đánh chiếm hoàn toàn, và nhà vua lần đầu tiên tận mắt nhìn thấy những cảnh tượng hãi hùng sau cuộc chiến. Phụ nữ, trẻ con, người già, người bệnh bị bỏ lại trong thành vì tất cả đàn ông, thanh niên đều đã chạy trốn. Tất cả các nạn nhân đều tiều tụy, hốc hác và đói khát. Họ lang thang, vất vưởng khắp trên đường phố.

Chứng kiến sự tàn phá của chiến tranh, nhà vua động lòng từ bi, xuống chiếu tha tội cho các trai tráng để họ có thể trở về đoàn tụ cùng gia đình.

Từ đó, hằng ngày nhà vua đều tổ chức chẩn bần, bố thí cho người nghèo đói.

Một hôm, có nhà sư *Du-già* đến kinh thành để khất thực. Vua hoan hỷ cúng dường cho Sư những thứ tốt nhất và khẩn cầu Sư giáo hoá.

Sư làm lễ qui y cho nhà vua, truyền giới Bồ Tát và dạy cho vua về Bốn tâm vô lượng cùng với phép thiền định.

Nhưng nhà vua vẫn không thoả mãn, ngài muốn được thọ lãnh pháp môn tối thắng để có thể chứng ngộ trong đời hiện tại.

Sở nguyện như vậy, nhưng công việc triều chính khiến vua thật khó lòng tu tập tinh tấn. Ngài liền trình bày trở lực với tôn sư.

Vị chân sư nói: "Ngươi hãy quán tất cả chúng sinh trong ba cõi là kẻ thống soái các chiến binh kiêu hãnh. Trong vô tận của bản tâm lưu xuất hằng hà sa số các anh hùng hợp lực đánh bại kẻ thù kia, để rồi ngươi, đức vua vĩ đại, tắm mình trong sự vinh quang ấy."

Nhà vua lãnh hội được ý nghĩa lời dạy của chân sư, có thể tinh tấn tu tập ngay trong khi giải quyết những công việc triều chính. Nhờ đó đạt đến sự giải thoát.

Đại sư thứ 74 - Sakara
Người sinh từ hoa sen

Long vương Basuka
chế ngự những con người đau khổ
bằng những trận mưa dầm dề.
Nơi có quyền năng cao nhất của Như Lai.
Long vương của trí tuệ
Ban những cơn mưa xuân mát mẻ
của Bí mật pháp
Cho những ai may mắn hiểu được lý âm dương.

Truyền thuyết

Indrabhuti cai trị vương quốc *Kanci* gồm một triệu bốn trăm ngàn hộ, nhưng chưa có con nối nghiệp.

Ngài cùng hoàng hậu ngày đêm cầu khẩn Trời, Phật ban cho ngài một hoàng tử.

Sáu tháng sau, hoàng hậu nằm mộng thấy bà nuốt trọn ngọn núi *Meru*, uống cạn nước của một đại dương, gót hài của bà dẫm nát cả ba cõi thế giới.

Đức vua không đủ khả năng để giải thích giấc mộng. Ngài ban lệnh sẽ thưởng cho những ai có thể giải đoán được. Một đạo sĩ đến nói với ngài: "Đây là điềm báo trước sự ra đời của một bậc Đại trí, một vị Bồ Tát, hay một bậc Minh quân, một vì vua của Vương quốc chân lý. Ngay lúc ngài sinh ra sẽ có một trận mưa vàng bạc tưới đều khắp nơi."

Quả nhiên sau đó hoàng hậu thụ thai. Và đúng như lời tiên đoán, đến kỳ khai hoa nở nhuỵ liền có một cơn mưa vàng bạc đổ xuống nơi nơi.

Sau khi cơn mưa dứt, người ta phát hiện ra một hài nhi nằm trên đóa sen lớn trong vườn thượng uyển.

Vị hoàng tử sơ sinh được đặt tên là *Saroruha*. Do công đức đời trước của hoàng tử nên từ khi ngài sinh ra, dân chúng luôn được sống trong sự sung túc.

Ít lâu sau, hoàng hậu lại sinh thêm một hoàng nam.

Khi đức vua băng hà, *Saroruha* từ chối việc kế vị ngai vàng, trao vương quyền cho em. Bản thân ngài trở thành một tu sĩ.

Rời khỏi hoàng cung, *Saroruha* đi về phía *Sri Dhanyakataka* để tìm Chân sư. Trên đường đi tầm sư học đạo, *Saroruha* đã gặp được Chân sư. Đây chính là hoá thân của Bồ Tát Quán Thế Âm.

Để thử thách *Saroruha*, Bồ Tát nói với *Saroruha* rằng ngài cũng có thể hiển lộ pháp thân. Nhưng *Saroruha* thành thực thưa với thầy rằng ngài không thể tự mình đi đến giải thoát.

Saroruha cung kính đảnh lễ vị Chân sư để cầu pháp. Bồ Tát liền hiện thân truyền pháp thiền định *Hevajra* cho *Saroruha* rồi biến mất.

Saroruha tiếp tục đi đến *Sri Dhanyakataka* để tu tập thiền định.

Một hôm, có một vị du tăng từ xa đến nơi ngài *Saroruha* đang tu tập để tìm hiểu giáo pháp. Vị này xin làm thị giả cho ngài với điều kiện là khi nào ngài đắc quả thì truyền pháp cho ông ta.

Sư đồng ý. Vị du tăng liền lưu lại trong hang động để

phục vụ ngài trong suốt 12 năm.

Ngay vào lúc ngài *Saroruha* bắt đầu nhập thất, nạn đói hoành hành khắp nơi vì nắng hạn, người chết nhiều vô kể.

Sợ biến cố này làm kinh động đến Chân sư, trở ngại việc thiền định của thầy, nên người thị giả im lặng không tiết lộ.

Vào ngày cuối cùng của thiền thất trải qua 12 năm, người thị giả đến khất thực tại hoàng cung, nhưng ngay cả tại đây người ta cũng chỉ có thể cúng dường cho ông một chén gạo nhỏ.

Ông cẩn thận mang về dâng lên vị Chân sư. Rủi thay, khi về đến nơi, lúc bước qua ngưỡng cửa thì vị này vấp té, làm rơi bát gạo vung vãi khắp nơi.

Sư thấy thế, bèn hỏi: "Ngươi say à?"

"Thưa không! Đệ tử chỉ vì quá đói bụng nên đi không vững."

"Ngươi không tìm được thức ăn à?"

Người thị giả thú thật rằng ông đã giấu thầy về nạn đói. Sư quở trách: "Cớ sao ngươi không cho ta biết? Ta có thể làm mưa để cứu dân lành."

Saroruha nhặt những hạt gạo bị đổ dưới đất rồi đi ra một dòng sông. Tại đây, ngài tác pháp cúng dường cho các Hộ pháp Long vương, đoạn dùng ấn chú triệu thỉnh tám vị Long vương đến quở trách cho đến khi đầu của bọn họ sắp vỡ tung. Ngài mắng rằng: "Nạn đói này là do các ngươi gây ra. Các ngươi phải chịu trách nhiệm. Hôm nay các ngươi phải làm một cơn mưa thực phẩm, ngày mai là mưa ngũ cốc, ngày kế tiếp lại là mưa thực phẩm, sau đó phải mưa vàng, bạc trong ba ngày. Đến ngày thứ bảy, hãy mưa như bình thường."

Các vị Long vương vâng lệnh làm theo lời Sư.

Sau đó Sư truyền tâm pháp cho *Rama*, tên của vị thị giả, và dặn dò đệ tử: "Ngươi không được hành động vì lợi ích của bản thân mà hãy vì lợi ích của chúng sinh. Nếu không, ngươi sẽ không bao giờ đạt tới cứu cảnh giải thoát. Sau khi ta đi rồi, ngươi nên đến *Sri Parvata* mà tu tập."

Nói rồi, như có đôi cánh, Sư bay vút vào không trung.

Sau khi *Rama* đến *Sri Parvata* thì lấy một nàng công chúa làm vợ, nhưng cả hai vợ chồng đều từ bỏ cung điện vào sống trong một khu rừng già cho đến khi tu chứng.

Đại sư thứ 75 - *Sarvabhaksa*
Kẻ háu ăn

Trong vô minh tất cả mùi vị đều khác nhau
Trong giác ngộ mọi thứ đều một vị
Khi còn vô minh, Niết-bàn và luân hồi là hai
Khi giác ngộ, cả hai là một

Truyền thuyết

*S*arvabhaksa là thần dân của Đức vua *Singhacandra* thuộc Vương quốc *Abhira*. Ông ta có một cái bụng rất to và ăn không biết no, có thể ăn bất cứ món gì mà ông vớ được.

Một hôm không tìm được đủ thức ăn, bụng cồn cào dữ dội, *Sarvabhaksa* đến ngồi ở một cái hang đá, đầu óc suy nghĩ miên man đến cái ăn.

Chân sư *Saraha* gặp ông ta ở chốn này bèn hỏi han. Kẻ háu ăn nói: "Bụng tôi lúc nào cũng cồn cào như lửa, ăn rất nhiều nhưng chẳng hề biết no. Tôi đang đói lắm."

"Nếu ngươi không chịu đựng được cái đói, khi tái sinh trong loài ngạ quỷ thì ngươi biết làm sao?"

"Ngạ quỷ là gì?"

Đại sư *Saraha* liền giải thích về bản chất của loài quỷ đói này và nguyên nhân phải thác sinh vào đó.

Nghe xong, *Sarvabhaksa* rùng mình kinh sợ, vội thưa: "Làm sao tôi có thể tránh khỏi bị đọa vào ác đạo? Xin thầy mở lòng từ bi cứu giúp."

Sư điểm đạo và truyền phép thiền định mà Chân sư *Bhusuku* đã tu tập: "Hãy quán tưởng bụng người là bầu trời, sức nóng trong bao tử là một đám cháy lớn, thức ăn uống là tất cả các pháp thế gian. Khi ăn, hãy nuốt cả vũ trụ vào.”

Sarvabhaksa tu tập một cách miên mật. Trong thiền định, ông nuốt cả mặt trăng, mặt trời và núi *Meru*, khiến thế gian chìm trong bóng tối.

Dân chúng kinh hoàng trước việc lạ ấy. Các Thiên nữ tìm đến cầu xin ngài *Sahara*. Sư bảo với đệ tử: “Hãy quán tưởng những gì ngươi ăn đều không rốt ráo.”

Sarvabhaksa vâng lời thầy tiếp tục tu tập đến khi đạt thần thông *Đại thủ ấn*. Khi ấy, mặt trăng, mặt trời lại hiện ra toả sáng như trước.

Đại sư thứ 76 - Nagabodhi
Kẻ trộm

Đó là một gia tài lớn dành cho chúng ta
Và cho những ai sống trên trái đất
Để chúng ta tự giải thoát khỏi đói nghèo
Khi ta nắm lưỡi gươm trí tuệ
Với niềm tin sẽ chiến thắng ma quân
Sau cuộc chiến ta vui vầy cùng bạn

Truyền thuyết

Trong thời gian Đại sư *Arya Nagarjuna* (Long Thụ) còn lưu trú tại vùng *Suvama Vihara*, có một kẻ trộm đứng rình rập bên ngoài căn nhà.

Đứng nơi ngưỡng cửa, tên trộm thấy Đại sư đang dùng

bữa bằng những bát vàng. Y móng tâm định vào đánh cắp. Đại sư đọc được ý nghĩ trong đầu kẻ trộm, bèn ra cho hắn một cái cốc bằng vàng.

Thấy hành vi lạ kỳ của Sư, tên trộm phân vân tự hỏi: "Lão trọc này làm gì thế nhỉ? Chẳng lẽ ông ta biết được ý nghĩ của ta?"

Gã trộm liền kêu lên: "Tại sao ngài làm như vậy! Tôi không cần đánh cắp nó đâu."

"Ta là *Arya Nagarjuna*. Tài sản của ta cũng là của ngươi. Cứ ăn uống thoải mái và ở lại đây bao lâu cũng được. Khi nào chán, muốn ra đi, ngươi có thể mang theo những gì mà ngươi thích."

Cung cách lạ thường của nhà Sư chẳng khác nào một nhát gươm chém mạnh vào tâm thức của kẻ trộm kia. Anh ta rạp mình cung kính đảnh lễ và cầu xin Đại sư thu nhận làm đệ tử.

Đại sư *Nagarjuna* truyền cho y phép thiền định *Guhyasamaja*:

Giữ tâm không khởi niệm
Quán tưởng một cành gai
An trụ nơi đỉnh đầu
Ánh sáng màu hồng nhạt
Soi rọi khắp châu thân.

Đọc bài kệ xong, Đại sư vận thần thông hoá ra vô số của cải ngọc ngà châu báu khiến kẻ trộm kia vui thích không còn muốn ra đi.

Anh ta quyết tâm tu tập thiền định theo lời Sư dạy. Sau 12 năm khổ luyện, một cây gai lớn đột nhiên nhô ra từ xương sọ của *Nagabodhi* làm cho ông đau đớn đến tột cùng. Ông mang việc này thưa với Chân sư *Nagarjuna*.

Sư cười lớn, đọc kệ:

Gai kia là sắc ý
Gây thương tích chúng sinh
Điên đảo cho là thật
Phiền não không hề vơi.
Các pháp vốn không thật,
Tan hợp như mây trời
Mây không đem lợi lạc
Mây chẳng não hại ai.

Qua lời dạy của Đại sư, *Nagabodhi* thấu hiểu được tính duyên hợp của các pháp. Ngài tiếp tục tu tập trong 6 tháng thì đắc pháp, gai nhọn kia tự biến mất.

Sau đó, Sư truyền cho *Nagabodhi* tám đại thần thông và chỉ định ngài là người kế thừa giáo pháp.

Đại sư thứ 77 - Darikapa
Ông vua nô lệ

Cảnh giới thanh tịnh
sẵn có trong mỗi chúng ta
Nhưng vô minh che phủ
khiến ta không nhìn thấy
Hãy tích lũy công đức và quán chiếu.
Cho dù chúng ta nỗ lực trong nhiều kiếp
Nhưng không có Chân sư
chúng ta cũng khó nhìn ra

Truyền thuyết

Sau một cuộc săn bắn, Đức vua *Indrapala* trên đường quay về hoàng cung. Ngài đi ngang qua một khu chợ lúc giữa trưa.

Đức vua nhận ra Đạo sư *Luipa* trong đám đông đang vái chào ngài. Vua bảo với sư *Luipa*: "Ngài là một trang nam tử tướng mạo khôi ngô tuấn tú. Đừng ăn những thứ ươn thối nữa. Ta sẽ cung phụng đầy đủ cho ngài tất cả những thứ cần thiết, thậm chí cả vương quốc của ta, nếu ngài muốn."

"Nếu bệ hạ có thể cúng dường sự trường sinh bất lão, bần tăng sẽ vui lòng đón nhận."

"Ta không có điều ấy, nhưng ta có thể tặng ngài vương quốc lẫn công chúa, con của ta."

"Tâu Bệ hạ! Điều đó chẳng mang lại ích lợi gì cho bần tăng."

Đức vua cảm thấy phân vân, ngài xoay người lại bảo với vị đại thần *bà-la-môn* của ngài: "Quả thật đúng như lời nhà sư kia nói. Ngai vàng, điện ngọc chỉ mang lại cho ta những phiền toái. Trên đời này, ta chưa hề thiếu thốn một thứ gì, kể cả những món ngon, vật lạ, y phục sang trọng, phụ nữ mỹ miều. Nhưng mọi thứ đều làm ta chán ngắt!"

Sau cuộc kỳ ngộ ấy, vua *Indrapala* thoái vị, nhường ngôi lại cho thái tử. Ngài cùng một vị quan đại thần tìm đến nơi sư *Luipa* ẩn cư để học đạo.

Sư ân cần tiếp đón và theo ước nguyện của hai người, *Luipa* truyền cho *Samara Đàn pháp*.

Cả hai không có vật gì cúng dường cho Sư nên họ đi đến quyết định cúng dường chính bản thân họ như những người nô lệ.

Kế đó, Sư dẫn hai môn đệ này đến vùng đất *Orissa*, băng qua xứ *Bhiraputi* để tới *Jantipur*. Đây là một thành phố lớn có ba trăm ngàn hộ gia đình. Trong thành phố này có một ngôi đền lớn. Sống trong ngôi đền là bảy trăm nữ vũ công chuyên trách về nghi thức cúng tế.

Sư *Luipa* tìm đến gặp bà chủ ngôi đền tên là *Darima*, hỏi xem bà ta có cần mua nô lệ hay không.

Darima nhìn thấy tướng mạo nhà vua, bèn bằng lòng ngay và trao cho sư *Luipa* một trăm đồng tiền vàng, sau khi thoả thuận hai điều kiện: Một là nhà vua được phép ngủ riêng, hai là nhà vua sẽ được trả tự do sau khi phục vụ đủ thời gian tương xứng với số tiền đã bán.

Nhận tiền xong, sư *Luipa* cùng vị đại thần ra đi.

Nhà vua phục vụ bà chủ ngôi đền trong 12 năm. Hằng ngày, ông rửa chân, dọn dẹp và làm đủ mọi thứ công việc vặt vãnh khác.

Tuy vậy, nhà vua không hề xao lãng lời dạy của Chân sư. Nhà vua luôn luôn tỏ ra tử tế làm thay công việc cho những nô lệ khác, nên rất được mọi người thương mến.

Một hôm nọ, có một nhà vua tên là *Kunci* mang theo 500 đồng tiền vàng đến ngôi đền để giải trí.

Mỗi lần được phục vụ, vua *Kunci* thưởng cho nhà vua trong lốt nô lệ bảy đồng tiền vàng.

Vào một đêm trời nóng, vua *Kunci* cảm thấy khó chịu trong người, ông đi ra bên ngoài để dạo chơi. Chợt nghe có mùi hương thơm kỳ diệu và nhìn thấy ánh sáng phát ra từ một lùm cây, nhà vua tò mò tìm đến. Và thật ngạc nhiên, nhà vua thấy kẻ nô lệ kia đang ngồi trên một ngai vàng, chung quanh là 15 thiếu nữ vẻ đẹp như tiên nga đứng hầu. Vua lập tức báo cho bà chủ *Darima*.

Bà này chạy vội đến nơi, quỳ gối thưa: "Chúng con người phàm mắt thịt nên không nhận biết ngài là bậc Thánh tăng. Xin ngài tha thứ cho chúng con tội bất kính đã khiến ngài phục vụ như kẻ tôi tớ."

Sư chỉ mỉm cười, lặng lẽ bay vào không trung.

Đại sư thứ 78 - *Putalipa*
Kẻ mang ảnh tượng

Phật tính nằm trong mỗi chúng sinh
Đừng theo con đường chấp thủ
mà trí giác đã từ bỏ
Cố gắng quay về nẻo Phật tâm
Hiển nhiên ngươi sẽ chứng được đạo
Ai được Chân sư ban pháp lực
Người ấy thâm nhập vào pháp giới
Nếm được vị chung của Tuyệt đối
Dấu ấn Kim cương ấn lên người

Truyền thuyết

*P*utalipa sinh trưởng ở vùng *Bangala*, do cơ duyên đời trước nên được một nhà sư *Du-già* truyền cho phép thiền định *Hevajra*.

Vị Chân sư trao cho *Putalipa* một bức họa *Mạn-đà-la*, trong đó có tượng của Thủ thần *Hevajra* và căn dặn: "Ngươi hãy đeo bức họa này ở trước ngực trên đường hành đạo."

Putalipa vâng lời thầy, tu tập trong 12 năm thì chứng đắc, nhưng không một ai có thể nhận biết điều kỳ diệu này.

Một hôm, *Putalipa* đến khất thực tại hoàng cung, Đức vua bỗng để ý thấy vị Thủ thần *Hevajra* trong bức họa đứng trên vị thần mà nhà vua lâu nay thờ phụng.

Hình ảnh này khiến nhà vua cảm thấy bị xúc phạm, ngài quát lớn: "Có đúng là vị thần của người ngồi lên trên vị thần của ta như ngồi trên một chiếc ngai không?"

Sư từ tốn đáp: "Bức họa này không do tôi vẽ. Nó là kiệt tác của một nghệ sĩ đích thực. Có lẽ hình vẽ này phạm thượng, nhưng sự thật đúng là như vậy."

Nhà vua có vẻ nguôi giận, nói: "Bức họa rất đẹp và đường nét tinh xảo, nhưng cớ sao vị thần của ngươi lại sử dụng vị thần của ta như một cái ngai?"

"Tâu Bệ hạ! Vị thần của tôi cũng là vị thần của Bệ hạ."

"Ngươi có thể chứng minh cụ thể pháp lực vô biên nơi vị thần của ngươi chăng?"

"Tâu Bệ hạ! Điều này không khó. Chỉ cần Bệ hạ sai người vẽ một bức họa mà trong đó vị thần của Bệ hạ ngồi bên trên vị Thủ thần của bần tăng. Trải qua một đêm, vị trí của hai Thủ thần sẽ đảo ngược."

"Nếu sự việc đúng như lời, trẫm thề sẽ qui y Phật pháp."

Đoạn vua cho vời họa sĩ đến vẽ một bức họa theo lời đề nghị của Sư. Quả nhiên, sáng hôm sau vị trí của các Thủ thần đã đảo ngược lại.

Quá cảm phục pháp lực của nhà sư, Vua cùng triều thần đều xin quy y Tam bảo.

Đại sư thứ 79 - Upanaha
Thợ đóng giày

Những mẫu khuôn của một trái tim thanh tịnh
Không phải được tạo bởi vọng tưởng,
mà nó tự hiển hiện
Nên thực thể luôn luôn sinh động
Để đáp ứng những nhu cầu và khát vọng của ta.

Truyền thuyết

Tại *Sendhonagar* có một người thợ giày tên gọi là *Upanaha*. Một ngày nọ, ông tình cờ gặp một nhà sư *Du-già* đi khất thực trong thành. *Upanaha* sinh tâm ngưỡng mộ nên đi theo nhà sư ra tận nơi mộ địa.

Sư nhận thấy người thợ giày có đầy đủ tín căn nên giảng về *Tứ diệu đế* và những lợi ích của sự giải thoát.

Kế đó, Sư khai tâm cho y bằng bài kệ:

Những cái chuông do người tạo ra
Để gắn lên đôi giày đem bán
Âm thanh reo vui trên đôi chân của kẻ khác
Tiếng chuông rung trên bước chân
Khác nào tiếng âm vang cuộc đời.
Hãy quán niệm rằng.
Không có sự phân ly giữa âm thanh ấy.

Upanaha tu tập trong 9 năm thì trừ dứt vô minh và đạt thần thông *Đại thủ ấn*.

Đại sư thứ 80 - Kokilipa
Kẻ sành điệu

Vô tác tướng là giáo pháp bí mật
Không ràng buộc là nhận ra nghĩa lớn
Niềm vui không chủ đích là thiền định
Không đạt cái gì là mục đích tối thượng

Truyền thuyết

Vào những tháng mùa hè nóng nực, Đức vua *Kokilipa* thường rời hoàng cung để đến một khu rừng nhỏ gần đó thưởng ngoạn vẻ đẹp của thiên nhiên.

Ngài thường ngồi trên những tấm đệm được bọc bằng vải lụa, trong khi các cung nữ vây quanh ca hát, nhảy múa cho nhà vua giải trí.

Một lần, trong khi nhà vua đang vui đùa với các cung nữ, một nhà sư *Du-già* đến gần để khất thực nhưng lính canh xua đuổi ngài đi.

Đức vua nghe thấy bèn quở mắng đám lính rồi cho mời nhà sư đến bên cạnh.

Vua ân cần tiếp đãi và cúng dường vật thực cho Sư, đoạn hỏi một cách tự mãn: "Cách sống của Sư và lối sống của ta, cái nào mang lại nhiều vui thú hơn?"

Vị sư đáp: "Tâu bệ hạ, một đứa trẻ sẽ trả lời rằng lối sống của ngài là vui thú nhất, nhưng một bậc trí giả sẽ cho rằng cách sống của ngài là một loại độc dược đối với tâm hồn."

"Ý Đại sư muốn nói gì?"

"Nếu Bệ hạ pha trộn quyền lực thế tục với ba độc (tham, sân, si) thì cuộc đời của Bệ hạ sẽ kết thúc một cách thảm hại, chẳng khác nào uống rượu độc với thức ăn ngon."

Đức vua Kokilipa vốn thông minh nên nhanh chóng lãnh hội lời dạy của Sư.

Ngài quy y với Sư và được truyền cho phép thiền định *Samvara*.

Không bao lâu, ngài nhường ngôi lại cho con để có điều kiện tu tập.

Đức vua thường đến một khu rừng để thiền định, nhưng tâm ngài hay xao động bởi tiếng hót của loài chim *Kohila*.

Biết được trở ngại của đệ tử, vị tôn sư dạy:

Như những đám mây đen,
vần vũ trên bầu trời im vắng.
Tạo cơn mưa thấm nhuần cây cỏ
Sấm nổ trong tai ngươi
và mưa vọng tưởng rưới lên niềm cảm xúc
Cây ba độc nở hoa
Những đoá hoa phiền não
Kẻ ngu hằng yêu thích.
Trong vô tận bản tâm
Bầu trời thường tịch tĩnh
Không sấm sét
Không âm thanh cuồng nộ
Chỉ có mây an lạc
Mang lại những giọt nước ngọt ngào
Nuôi dưỡng cây năm thức
Đấy chính là phép lạ
Của một bậc trí giả.

Đức vua nghe theo lời dạy của Chân sư, thực hành thiền định sau thời gian 6 tháng thì đắc pháp.

Đại sư thứ 81 - *Anangapa*
Kẻ ngớ ngẩn

Luân hồi là giấc mộng
Sắc thân tựa cầu vồng
Tham dục là tên độc
Cắm sâu da thịt người
Mê loạn cho là thật
Như đóm giữa hư không
Tỉnh giấc tàn mộng ảo

Truyền thuyết

Trong nhiều kiếp quá khứ, *Anangapa* đã tu hành từ bi và nhẫn nhục, do vậy khi tái sinh vào kiếp này, ông có được thân tướng đẹp đẽ và trang nghiêm. Mỗi khi so sánh mình với kẻ khác, *Anangapa* thường tỏ ra rất tự mãn, cao ngạo.

Một hôm, có một nhà sư *Du-già* đến chỗ *Anangapa* để khất thực. Ông hoan hỷ ngỏ ý mời nhà sư lưu lại tư gia của ông ít hôm.

Sư chấp nhận. *Anangapa* rửa chân cho Sư và chuẩn bị chỗ nghỉ ngơi, đoạn cúng dường vật thực.

Sau đó, *Anangapa* hỏi: "Cớ sao ngài tự đọa đày bản thân mình như thế?"

"Để tự mình giải thoát khỏi vòng sinh tử."

"Về cơ bản, có sự khác biệt nào về tính cách giữa ngài và tôi?"

Nhà sư nói: "Có khác biệt rất lớn. Kiêu mạn là tính cách hiện hữu. Lòng kiêu hãnh không có năng lực sáng tạo. Tín trí là tính cách của tôi, và chỉ niềm xác tín mới có thể tạo ra năng lực vô tận."

"Năng lực gì, thưa Đại sư?"

"Trước hết là năng lực tu tập Phật pháp để hoá giải những phiền não trong cõi luân hồi, nhưng rốt ráo hơn cả là năng lực thành Phật dựa trên căn bản tín trí."

"Kẻ phàm phu như tôi có thể đạt tới năng lực ấy không?"

"Nghề nghiệp chuyên môn của hiền hữu là gì?"

"Tôi không có nghề nghiệp chuyên môn nào cả."

"Vậy hiền hữu có thể ngồi yên để tu tập thiền định chăng?"

"Thưa Đại sư, tôi nghĩ việc ấy tôi có thừa khả năng."

"Lành thay!"

Sư liền truyền pháp thiền định *Samvara* cho *Anangapa*. Nhờ căn tính thuần thục nên chỉ sau 6 tháng tu tập, *Anangapa* giác ngộ thấu đáo được chân lý.

Đại sư thứ 82 - *Laksminkara*
Nàng công chúa điên loạn

Thứ nhất, bậc trí giả tạo hình ảnh giác ngộ
Thứ hai, bậc trí giả
thiền định một cách kiên trì
về tính rỗng không của các pháp
Thứ ba, bậc trí giả tự biết
mình phải làm những gì cần làm

Truyền thuyết

*L*aksminkara là em gái của vua *Indrabhuti* thuộc vương quốc *Sambhola*. Từ thuở bé, vị công nương này vẫn thường đến dự các buổi thuyết pháp, và cô có tâm hiểu biết sâu rộng về *Mật tông* (*Tantra*).

Nhưng hoàng huynh là đức vua *Indrabhuti* đã hứa gả cô cho hoàng tử xứ *Jalendra*, con vua *Lankapuri*.

Đến kỳ hạn rước dâu, cô phải rời quê hương để về nhà chồng. Nhưng khi đến nơi, cô từ chối không chịu vào hoàng cung. Cô nói: "Hôm nay là ngày xấu, ta không thể nhập cung."

Khi đi dạo quanh bên ngoài hoàng cung, *Laksminkara* cảm thấy thất vọng ghê gớm vì dân chúng xứ này không phải là tín đồ đạo Phật.

Liền sau đó, một vị hoàng tử trẻ cùng đám tùy tùng đi ngang qua. Họ vừa trở về từ một cuộc săn bắn với nhiều xác thú treo lủng lẳng trên yên ngựa. Một người tùy tùng của *Laksminkara* dò hỏi và biết rằng vị hoàng tử vừa mới đi qua chính là chồng sắp cưới của cô.

Là một Phật tử thuần thành, *Laksminkara* cảm thấy

mình như một kẻ bị phản bội. Bà than khóc vật vã đến ngất xỉu: "Anh ta cũng là con nhà Phật, vì sao lại gửi thân ta đến chốn ác trược này!"

Khi *Laksminkara* hồi tỉnh, cô đem tất cả của hồi môn phân phát cho dân nghèo trong thành phố trước khi vào hoàng cung. Đến nơi, cô tự giam mình trong căn phòng mà hoàng tử dành riêng cho cô dâu mới và từ chối không cho ai vào trong mười ngày.

Laksminkara xé rách áo quần rồi lấy lọ nồi, bùn đất trét lên khắp người, tóc để bù xù và giả vờ điên dại.

Với tướng mạo bề ngoài gớm ghiếc như một kẻ điên nhưng trong tâm *Laksminkara* vẫn luôn chú mục thiền định.

Thất vọng, vị hôn phu của cô cho vời các ngự y đến để chữa trị, nhưng không một ai có thể đến gần được *Laksminkara*.

Cô giả vờ giận dữ tấn công họ, ném vào họ bất cứ thứ gì mà cô vớ được.

Rồi thời gian qua đi, người trong hoàng cung không còn quan tâm đến bà hoàng điên dại này nữa. Cơ hội thuận tiện để cho *Laksminkara* có thể trốn thoát đã đến. Bà nhanh chóng trốn khỏi hoàng cung.

Ban ngày, *Laksminkara* đi nhặt những thức ăn dư thừa mà người ta vất cho những con chó hoang. Ban đêm, bà ra chốn mộ địa để nghỉ ngơi.

Bảy năm sau, *Laksminkara* chứng đắc thần thông *Đại thủ ấn*. Cô truyền tâm pháp cho một vị đệ tử. Người này chỉ là kẻ quét dọn các hố xí trong hoàng cung, nhưng ông ta nhanh chóng đạt tới mục đích tu tập.

Cho đến một ngày nọ, đức vua *Jalendra* trong một cuộc đi săn bị lạc lối. Ngài dừng chân để nghỉ ngơi nhưng ngủ quên trong cơn mệt mỏi.

Khi vua tỉnh giấc thì bóng đêm đã buông xuống khiến ngài không tìm thấy lối về. Khi đi ngang qua hang động nơi vị nữ *Du-già Laksminkara* trú ngụ, vua tò mò nhìn vào bên trong. Ngài thấy một vị nữ *Du-già* toàn thân phát sáng và chung quanh có vô số thiên nữ đứng hầu.

Một niềm ngưỡng mộ khởi lên trong tâm nhà vua, ông không nghĩ đến chuyện tìm đường quay về hoàng cung nữa. Nhà vua bước vào cung kính đảnh lễ trước vị Thánh nữ và xin nương theo giáo pháp của bà.

Laksminkara bảo: "Ngươi không nhất thiết phải trở thành môn đệ của ta. Chân sư đích thực của người là một trong những người phụ trách quét dọn hố xí trong hoàng cung. Vị ấy là một bậc chứng đắc."

"Trong hoàng cung có rất nhiều người làm công việc này. Làm sao có thể nhận biết vị Chân sư ấy?"

"Vị ấy chình là người sau khi hoàn tất bổn phận của mình thường hay bố thí vật thực cho kẻ nghèo khó."

Theo lời chỉ dẫn đó, đức vua tìm thấy vị Chân sư của mình. Nhà vua mời vị ấy đến bệ rồng, đặt ngài lên ngai vàng và cung kính đảnh lễ, cầu xin được truyền pháp.

Vua được làm phép quán đảnh để khai tâm và lãnh thọ pháp thiền định *Kim cương Varahi*.

Đại sư thứ 83 - *Samudra*
Thợ mò ngọc trai

Nhận ra cái "không sinh"
mà không trải qua tu tập
Nhà Du-già kia là một kẻ ăn thịt đồng loại
với đứa bé ẵm trên tay
Nếu pháp thiền định của y
lìa bản chất của chính mình
Khác nào con voi kia kẹt dưới vũng lầy

Truyền thuyết

Samudra làm nghề thợ lặn ở *Sarvatira*. Thường ngày, ông dong thuyền ra tận khơi xa, lặn sâu xuống đáy đại dương để mò trai lấy ngọc rồi đem ra chợ bán.

Một bữa nọ, sau một ngày ngâm mình dưới làn nước sâu lạnh lẽo, *Samudra* không tìm được một viên ngọc trai nào, ông ta đi thơ thẩn đến nơi mộ địa, lòng buồn bực và than thầm cho số phận.

Đại sư *Acintapa* thấy người thợ lặn đang buồn rầu nên an ủi ông ta: "Tất cả chúng sinh đều bị chi phối bởi luật nhân quả. Kiếp trước ngươi gieo hạt giống gì, kiếp này ngươi hưởng loại trái cây ấy. Hãy cam chịu!"

Nhưng *Samudra* nài nĩ: "Thưa thầy! Cầu mong thầy rủ lòng từ bi chỉ cho tôi lối thoát ra khỏi tình cảnh này."

Sư giảng giải cho *Samudra* về Bốn tâm vô lượng và Bốn sự an lạc:

> *Lòng từ bi che chắn tám gió,*
> *Vui hoà hợp khiến tâm thanh thản*
> *Đầu lưu xuất một luồng an lạc*
> *Bốn niềm vui tụ ở bốn luân xa*
> *Quán "không tính" chẳng rời an lạc*
> *Thì khổ đau không thể đến gần.*

Samudra hiểu được yếu lý của lời dạy. Ngài thiền định trong 3 năm thì đắc thần thông *Đại thủ ấn*.

Đại sư thứ 84 - Vyalipa
Nhà luyện kim thuật

Hình ảnh của thực thể rốt ráo
Là hình ảnh của vị Chân sư
có quyền năng vô song
Nơi tịch tĩnh nhất là để ngắm nhìn không tính.
Hoà hợp trọn vẹn là nhận ra
bản chất của sự chứng đắc
Và khi bạn nốc một hơi cạn hết sữa trời
Nghĩa là bạn đang tồn tại đấy

Truyền thuyết

Người *bà-la-môn* giàu có kia tên gọi là *Vyalipa*, nuôi ước vọng muốn được trường sinh bất tử. Ông ta mua một lượng thủy ngân rất lớn, đoạn thêm các dược thảo vào thủy ngân để nấu thành một thứ cao đặc sệt.

Nhưng vì còn thiếu một loại dược liệu nên thứ cao dang dở ấy không có công hiệu. Trong cơn giận dữ, ông ta ném quyển cẩm nang bào chế thuốc trường sinh xuống dòng sông Hằng.

Lúc bấy giờ, *Vyalipa* luyện tập pháp thiền định của đạo *Bà-la-môn* được 13 năm nên dương vật teo lại như chưa từng có. Ông sống như một kẻ hành khất lang thang khắp nơi.

Một ngày nọ, ông thấy mình đang ở trong một ngôi làng bên bờ sông Hằng. Gần đấy là ngôi đền *Ramacandra*.

Tại đây ông gặp một cô gái lầu xanh. Cô kỹ nữ này khoe với ông một quyển sách mà cô đã nhặt được khi đi tắm trên sông. *Vyalipa* cười ngất khi xem nó, vì đó chính là quyển sách trước đây ông đã ném xuống dòng sông Hằng.

Đoạn ông kể lại mọi chuyện cho cô gái nghe. Cô cảm thấy bị cuốn hút bởi ý tưởng được sống lâu, bèn có nhã ý tặng cho *Vyalipa* ba mươi lượng vàng để tiếp tục công việc điều chế thuốc.

Bản thân *Vyalipa* vẫn còn hồ nghi và không dám tin rằng công việc nghiên cứu sẽ mang lại kết quả. Nhưng cô gái tỏ ra hết sức khích lệ, và một lần nữa *Vyalipa* mua thủy ngân về để tiếp tục điều chế thuốc.

Sau một năm miệt mài làm việc, vẫn không có một dấu hiệu nào nói lên sự thành công, vì còn thiếu một loại đào hồng (*Myrobalan*).

Tuy nhiên, một hôm khi cô gái đi tắm về, một cánh hoa bé tí ngẫu nhiên dính trên đầu ngón tay, và khi cô ta vẫy nhẹ, nó rơi vào bình thuốc của *Vyalipa*. Lập tức có những dấu hiệu của sự thành công. Cô vội vàng báo cho *Vyalipa*.

Ông lo ngại là bí mật này lộ ra ngoài, nhưng cô gái đoán chắc chưa hề để tiết lộ điều quan trọng này cho một ai.

Đêm hôm ấy, cô gái rưới một ít cỏ chát (*Chiraita*) lên thức ăn của *Vyalipa*. Trước đây, *Vyalipa* không thể ăn được loại rau chát ngắt này, nhưng giờ đây ông có thể thưởng thức một cách ngon lành. Cô cho rằng đây là hiệu quả của tiên dược.

Vyalipa giải thích: "Dấu hiệu thành công căn bản của công phu điều chế tiên dược gồm có tám điềm lành, kết tụ thành hình tròn xoay chuyển từ trái sang phải, bay liệng trên không trung. Những điềm lành ấy là: một cái lọng quý, hai con cá vàng, một bình đựng ngọc, một đóa hoa *Kamala*, một tấm đệm trắng, một viên kim cương, một lá phướn và một luân xa có tám nan hoa.

Vyalipa cùng cô gái và một con thỏ đồng uống tiên dược, và cả ba trở nên bất tử.

Với tính ích kỷ, *Vyalipa* từ chối không cho ai khác biết đến công thức chế biến loại tiên dược này.

Sau đó, họ lên các cõi Trời để trú ngụ, nhưng chư thiên xua đuổi không cho họ vào Thiên giới. Vì vậy họ đành phải quay về trần gian và sống tại xứ *Kilampara*.

Tại đây họ dựng một ngôi nhà trên đỉnh núi đá cao chót vót, bao bọc xung quanh là một đầm lầy. Địa thế vô cùng hiểm trở nên không một ai có thể bén mảng đến nơi họ ở.

Khi ngài *Arya Nagarjuna* tức Bồ Tát Long Thụ đắc phép thần túc, ngài phát nguyện tìm cho ra phép luyện thuốc trường sinh đã thất truyền từ lâu tại đất Ấn.

Ngài liền vận thần thông bay lên trên đỉnh núi đá, giấu bớt một chiếc giày, rồi đến vái chào vị đạo sĩ *Bà-la-môn Vyalipa*.

Vyalipa sửng sờ vì sự xuất hiện của kẻ lạ. *Arya Nagarjuna* nói với ông rằng nhờ có chiếc giày mà ngài mới có thể đến được chốn này. Và ngài đồng ý đánh đổi chiếc giày ấy để lấy công thức bào chế thuốc trường sinh.

Sau cuộc trao đổi với *Vyalipa*, ngài *Nagarjuna* cũng truyền dạy pháp thiền định cho ông này để tu tập trở thành một nhà sư *Du-già* giải thoát. Còn ngài trở về Ấn Độ với chiếc giày còn lại và ở trên vùng núi *Sri Parvata*, tiếp tục tu tập để cứu độ chúng sinh.

MỤC LỤC

Trong kinh Pháp Cú, đức Phật dạy rằng: "Pháp thí thắng mọi thí." Thực hành Pháp thí là chia sẻ, truyền rộng lời Phật dạy đến với mọi người. Mỗi người Phật tử đều có thể tùy theo khả năng để thực hành Pháp thí bằng những cách thức như sau:

1. Cố gắng học hiểu và thực hành những lời Phật dạy. Tự mình học hiểu càng sâu rộng thì việc chia sẻ, bố thí Pháp càng có hiệu quả lớn lao hơn. Nên nhớ rằng **việc đọc sách còn quan trọng hơn cả việc mua sách.**

2. Phải trân quý kinh điển, sách vở in ấn lời Phật dạy. Khi có điều kiện thì mua, thỉnh về nhà để tự mình và người trong gia đình đều có điều kiện học hỏi làm theo. Không nên giữ làm của riêng mà phải sẵn lòng chia sẻ, truyền rộng, khuyến khích nhiều người khác cùng đọc và học theo. Không nên để kinh sách nằm yên đóng bụi trên kệ sách, vì **kinh sách không có người đọc thì không thể mang lại lợi ích.**

3. Tùy theo khả năng mà đóng góp tài vật, công sức để hỗ trợ cho những người làm công việc biên soạn, dịch thuật, in ấn, lưu hành kinh sách, **để ngày càng có thêm nhiều kinh sách quý được in ấn, lưu hành.**

Thông thường, việc chi tiêu một số tiền nhỏ không thể mang lại lợi ích lớn, nhưng nếu sử dụng vào việc giúp lưu hành kinh sách thì lợi ích sẽ lớn lao không thể suy lường. Đó là vì đã giúp cho nhiều người có thể hiểu và làm theo lời Phật dạy. Mong sao quý Phật tử khắp nơi đều lưu tâm đóng góp sức mình vào những việc như trên.

TINH YẾU THỰC HÀNH PHÁP THÍ

- Mua thỉnh kinh sách về đọc, tự mình sẽ được rất nhiều lợi ích.

- Chia sẻ, truyền rộng bằng cách cho mượn, biếu tặng kinh sách đến nhiều người thì lợi ích ấy càng tăng thêm gấp nhiều lần.

- Đóng góp công sức, tài vật để hỗ trợ công việc biên soạn, dịch thuật, giảng giải, in ấn, lưu hành kinh sách thì công đức lớn lao không thể suy lường, vì có vô số người sẽ được lợi ích từ việc lưu hành kinh sách.

www.ingramcontent.com/pod-product-compliance
Lightning Source LLC
Chambersburg PA
CBHW061427150726
47987CB00001B/125